വിൽക്കാനുണ്ട് കേരളം

Bodhi Books
Nedumpana PO, Kannanalloor
Kollam - 691576, Kerala, India
E-mail: bodhibooks03@gmail.com
Tel: +91 9447304886

VILKANUNDU KERALAM
By Wilson Thaikattil, A.P. Jinan
Innovative / Malayalam

First Published: June, 2025

Typesetting: Bodhi Books
Cover & Book Design:
Chembarathi Creatives

ISBN: 978-81-19770-83-0
Price **Rs. 140**
Production No. B-B-203-1-100-6-25

Printed and bound in India by
Repro Mumbai

വിൽക്കാനുണ്ട് കേരളം

നോവൽ

വിത്സൻ തൈക്കാട്ടിൽ
എ.പി ജിനൻ

ബോധി ബുക്സ്
കൊല്ലം - 691 576

വിത്സൻ തൈക്കാട്ടിൽ

1964 നവംബർ 12ന് തൃശൂർ ജില്ലയിൽ കുറ്റൂരിൽ ജനനം. തൃശൂർ കേരളവർമ്മ കോളേജിൽ പഠനം. ചെന്നൈ, മുംബൈ, സൗദി അറേബ്യ എന്നിവിടങ്ങളി താമസം. പിന്നീട് കാനഡയിലേക്ക് കുടിയേറി കനേഡിയൻ പൗരനായി. കാനഡയിൽ കുറഞ്ഞവിലയ്ക്ക് സാധനങ്ങൾ വില്ക്കുന്ന മാവേലി എന്ന സ്ഥാപന ഉടമയായിരുന്നു. ഫോൺ - 2267009369

എ.പി ജിനൻ

1960 സെപ്തംബർ 23ന് തിരുവനന്തപുരം ജില്ലയിൽ നെയ്യാറ്റിൻകരയിൽ ജനനം. സ്വാതന്ത്ര്യസമരസേനാനിയായ പീതാംബരൻ മാസ്റ്ററുടെയും അദ്ധ്യാപികയായ അംബുജാക്ഷിയുടെയും മകൻ. കോളേജ് വിദ്യാഭ്യാസത്തിന് ശേഷം കേരളകൗമുദി ദിനപത്രത്തിൽ പത്രാധിപസമിതി അംഗം, ന്യൂസ് ഡെയ്‌ലി കേരള ചാനൽ, സത്യമേവ ന്യൂസ് എന്നിവിടങ്ങളിൽ എഡിറ്റർ

പ്രസാധകക്കുറിപ്പ്

സമകാല കേരളത്തിന്റെ രാഷ്ട്രീയ സാഹചര്യങ്ങളെ അടയാളപ്പെടുത്തുന്ന മനോഹരമായ ഒരു നോവലാണ് വിൽക്കാനുണ്ട് കേരളം. ഇതിൽ രാഷ്ട്രവും രാഷ്ട്രീയവുമുണ്ട്. അതോടൊപ്പം ഫിക്ഷനുമാണ്. ചരിത്രത്തിനും യാഥാർത്ഥ്യങ്ങൾക്കും ഇടയിലൂടെയുള്ള, പൊള്ളുകയും പൊള്ളിക്കുകയും ചെയ്യുന്ന സഞ്ചാരാനുഭവം കൂടിയാണിത്. ചൂഷകരെയും ചൂഷിതരെയും വിചാരണക്കായി വായനക്കാരനു മുന്നിലേക്ക് നീക്കി നിർത്തുന്നതിന് നോവൽ ശ്രമിക്കുന്നു. വിത്സൺ തൈക്കാട്ടിൽ, എ.പി. ജിനൻ എന്നിവരാണ് രചയിതാക്കൾ. രാഷ്ട്രീയ രചനകൾക്ക് വായനയിലിടം നൽകുന്ന മലയാളി സമൂഹം പുസ്തകത്തെ സ്വീകരിക്കുമെന്നാശിക്കുന്നു.

1

ബുദ്ധൻ ശരണം ഗച്ഛാമി...

സംഘം ശരണം ഗച്ഛാമി...

വിദൂരതയിൽ നിന്നുമെത്തുന്ന ശംഖൊലിപോലെ അന്തരീക്ഷത്തിൽ അപ്പോഴും ആ മന്ത്രധ്വനികൾ മൃദുവായി മുഴങ്ങിനിന്നിരുന്നു. പ്രാചിയിൽ അരുണോദയത്തിന്റെ തിരപ്പുറപ്പാടെന്നപോലെ കിളികൾ ചിലച്ചു കൊണ്ടിരുന്നു. തലേ ദിവസത്തെ ദീർഘയാത്രയുടെ ക്ഷീണത്തിൽ ഉറങ്ങിയ ശിബിരം ഇനിയും നിദ്രയുടെ ആലസ്യം വിട്ടുണർന്നിരുന്നില്ല.

ഉദയാർക്ക കിരണങ്ങൾ ശിബിരത്തിന്റെ വിടവിലൂടെ അകത്തേക്ക് അരിച്ചു കയറി. നിദ്രവിട്ടുണർന്ന ബുദ്ധൻ സാവധാനം തന്റെ കിടക്കയിൽ എഴുന്നേറ്റിരുന്നു. സൂര്യഭഗവാനു നേർക്കു യോഗസാധന നേടിയ തന്റെ നീണ്ട മിഴികൾ പാതിയടച്ച് പത്മാസനസ്ഥനായി ധ്യാനത്തിലേക്കു മടങ്ങി.

മുഖ്യ ശിബിരത്തിന്റെ വാതിൽ തിരശീല സാവധാനം ഒരുവശത്തേക്കുമാറ്റി അന്തേവാസികളിലൊരുവൻ മന്ത്രിക്കുന്നതു പോലെ വിളിച്ചു.

"ഗുരുജീ..."

ഇന്നെലെകളെ ഓർമ്മകളിലേക്കു നൈവേദ്യംപോലെ സമർപ്പിച്ചിരിക്കുകയായിരുന്ന ബുദ്ധൻ എല്ലാം ജഗത്മായയെന്ന ഉൾക്കാഴ്ചയോടെ ശിബിരത്തിന്റെ കവാടതിരശീല മാറ്റി പുറത്തേക്കിറങ്ങി പ്രകൃതിയെ വീക്ഷിച്ചു.

ആറടിയോളമുയരവും നിരന്തര യോഗ സാധനയാൽ ദൃഢതയാർന്ന പേശികളുള്ള ശരീരവും മുട്ടിനു താഴെ നില്ക്കുന്ന ശുഭ്രദോത്തിയും മേൽമുണ്ടും അസ്തമന സൂര്യന്റേതു പോലെ ശോണവർണ്ണമാർന്ന നയനങ്ങളും. ആരുമൊന്നു നോക്കിപ്പോകുന്ന രൂപം.

ചുറ്റുപാടുകളെ വീക്ഷിച്ചശേഷം സൂര്യനമസ്ക്കാരവും തുടർന്നുള്ള കഠിനതപോമുറകൾക്കും ശേഷം ബുദ്ധൻ തന്റെ പ്രവൃത്തിപഥത്തെക്കുറിച്ചാലോചനയിലാണ്ടു.

തളർന്നുറങ്ങുകയായിരുന്ന അന്തേവാസികൾ ശിബിരങ്ങളിൽ നിന്നും ദേശാടനക്കിളികളെപ്പോലെ കലപിലയോടെ ഉണർന്നെണീ

റ്റു സജീവമായി. നദീതീരത്തു സ്നാനാദി കർമ്മങ്ങൾ കഴിഞ്ഞു സ്വരൂപിച്ചിരുന്ന കായ്കനി ഭക്ഷണം എല്ലാവരും ആഹരിച്ചുധ്യതിയിൽ ശിബിരങ്ങൾ പൊളിച്ചടുക്കി ഭാണ്ഡകെട്ടുകളുമായി ലക്ഷ്യത്തിലേക്കുള്ള പ്രസ്ഥാനം തുടർന്നു.

മുന്നിലായി നീണ്ട കാൽവെയ്പ്പുകളോടെ വേഗത്തിൽ നടക്കുന്ന ബുദ്ധനു പിറക്കിൽ ഒപ്പമെത്താൻ വെമ്പലോടെ അനുയായിവൃന്ദവും. അങ്ങനെയായിരുന്നെല്ലോ തുടക്കം മുതലെ. നടത്തത്തിന്റെ വേഗതയിലും കനത്ത നിശബ്ദത കരിമ്പടം പോലെ ആ സനാതനസംഘത്തെ വിലയം ചെയ്തിരുന്നു. സംഘയാത്രകൾ അങ്ങിനെയാണ്, യാത്രികന്റെ മനസും.

ലക്ഷ്യബോധത്തോടൊപ്പം തന്നെ സുരക്ഷിതത്വമില്ലായ്മയും ഒപ്പം കൂടും. വ്യാകുലതയും നിരാനന്ദവും ഉള്ളിലൊതുക്കി പുറംതോടുപോലെ ആകാംഷയും തൃപ്തിയും മനസ്സിനെ സുരക്ഷിതമായി പൊതിഞ്ഞുവച്ചിരിക്കും.

മണിക്കൂറുകൾ നീണ്ട യാത്രയ്ക്കൊടുവിൽ വിശാലമായ മൈതാനത്തിന്റെ ഓരം ചേർന്നുള്ള പാതവക്കിൽ ആ സാർത്ഥക സംഘം വിശ്രമിക്കുവാൻ തീരുമാനിച്ചു. ഭൂതകാല സ്മൃതിയിൽ ലയിച്ചിരുന്ന ശുഭ്രവസ്ത്രാചരാദിതനായി വേദമന്ത്രങ്ങൾ ഉരുവിടുന്ന ബുദ്ധനെ നഗ്നപാദരായി കൊടുംദുരന്തങ്ങളിലൂടെ നടന്നുവന്ന അനുചരവൃന്ദം തൊഴുകൈകളോടെ നോക്കി നിന്നു.

പരാജയം കർമ്മ ഔത്സുക്യങ്ങൾക്കു മുകളിലൂടെ പറക്കാത്ത പുണ്യം. എല്ലാം ഇപ്പോൾ സാർത്ഥകമാവുകയാണ്. സനാതനയുടെ നേർവഴിയുടെ വിജയമാണെല്ലാം. എല്ലാ പരമമായ വിജയങ്ങൾക്കു പിന്നിലും ഒരു ഋഷിതുല്യമായ ഒരു മനസുണ്ടാകും. അതു നീണ്ട മൗന പോരാട്ടങ്ങളുടെ തീരം പുൽകൽ കൂടിയാണ്. അപ്പോഴും വേദമന്ത്രങ്ങൾ ഉരുവിട്ടിരുന്ന ബുദ്ധന്റെ മനസിൽ വരാൻ പോകുന്ന മാറ്റങ്ങളുടെ ശംഖൊലിമുഴക്കം അകലങ്ങളിൽ കേൾക്കുന്നതിന്റെ തിരിച്ചറിവു പ്രകടമായിരുന്നു. ഒരു മഹാ പ്രസ്ഥാനത്തിന്റെ പൂർണ്ണത.

ദൈവം ഒരിക്കലും ഒന്നിലും മനുഷ്യനു പിൻതാങ്ങുകയില്ല. എല്ലാം പ്രയത്നഫലമായിരിക്കും. പ്രയത്നത്തിന്റെ സുതാര്യതയിലായിരിക്കും ഫലപ്രാപ്തിയുടെ പൂർണ്ണത. സൂഷ്മതയും യാദൃശ്ചികതയുമാണ് പ്രധാനം. പിന്നെ വിധി. ഈ വിധിയെ നിയന്ത്രിക്കുന്നത് സൂക്ഷ്മതയും യാദൃശ്ചികതയും. കാറ്റിന്റെ ഗതി അനുകൂലമല്ലെങ്കിൽ തായ്ത്തണ്ടിൽ നിന്നടർന്ന വിത്ത് പാറപ്പുറത്തു വീഴും. പ്രകൃതിയുടെ മനുഷ്യകർമ്മത്തിന്റെ ഈ ഗതിവിഗതിയാണ് വിധി എന്നു പറയുന്നത്. ദൈവത്തിൽ അർപ്പിച്ച് എല്ലാം ദൈവഹിതം എന്നുകരുതി

ചെയ്താൽ മനസ്സിനു നവഊർജ്ജം പ്രാപ്തമാക്കും മനസ്സ് തളരില്ല, പരമാത്മാവ് പിന്നിലുണ്ടെന്നതു ജീവാത്മാവിന്റെ കർമ്മത്തിനു ഊർജ്ജമാക്കും. അവിശ്വാസം തീർച്ചയായും രക്ഷിക്കും. കേരളമുക്തിക്കും ഇവിടെ സംഭവിച്ചതും അതു തന്നെയാണ്. മനുഷ്യ പ്രയത്നം സംഘടന ഇച്ഛ.

പകുതിയടഞ്ഞിരുന്ന ബുദ്ധ നയനങ്ങൾ കൂമ്പിയടഞ്ഞു. ആ മുഖത്ത് അവാച്യമായ ഒരു പുഞ്ചിരി വിരിഞ്ഞതു സംഘാംഗങ്ങളിൽ ഊർജ്ജം പകർന്നു.

നാം പുതിയൊരു കാലത്തിലേക്കു പ്രവേശിക്കുകയാണ്. യാന്ത്രികമായ നിയന്ത്രണങ്ങളില്ലാത്ത, ശരിതെറ്റുകൾ കൂട്ടിക്കുഴയാത്ത നവസ്വാതന്ത്ര്യത്തിന്റെ പുതിയ വെളിച്ചത്തിലേക്ക് എല്ലാ വൈതരണികളും അതിജീവിച്ച സംഘമനസ്സ് ഇപ്പോൾ ഒരു ഉൾക്കടൽ പോലെ ശാന്തമാണ്.

ഉള്ളിലെ പ്രക്ഷോബ്ധതയാണ് നമ്മുടെ ഊർജ്ജം. ആ ആഴങ്ങളെയാണ് അവർ ഭയപ്പെടുന്നതും അതാണു നമ്മുടെ ശക്തിയും കരുത്തും. നാം ആദരിക്കുകയും ശത്രുക്കൾ ഭയക്കുന്നതും അതാണ്. പുഴ, കാടും മലകളും മേടുകളും താണ്ടി സമുദ്രത്തിലെത്തുന്നതുപോലെ സ്വാതന്ത്ര്യത്തിന്റെ അതിരുകളില്ലാത്ത ആഴങ്ങളിലേക്ക് നാം മുന്നേറണം. നാടിന്റെ മോചനം നമ്മളിലൂടെ. അതിന്നു നമുക്കു തെറ്റും ശരികളുമില്ല. ലക്ഷ്യപ്രാപ്തി മാത്രമെയുള്ളു.

റാവുത്തർ പതിയേ പറഞ്ഞു.

ബുദ്ധന്റ അർദ്ധനിമീലിതമായ നയനങ്ങൾ വിടർന്നു തീഗോളം പോലെ തിളങ്ങി.

നമ്മുടെ ഭൂമി കൊള്ളയടിക്കുവാനുള്ള എല്ലാ ശ്രമങ്ങളും എന്തു വില കൊടുത്തും നാം തടഞ്ഞിരിക്കും. ഇനിയുള്ള യാത്ര ജനസുരക്ഷയ്ക്കായി.

"ഗുരോ.."

അത് ഒരു സംഘംഗാനം പോലെ താളാത്മമായി അണികൾ ഉരുവിട്ടു.

"വ്യവസ്ഥിതികൾ എതിർക്കപ്പെടാതിരിക്കുവാനുള്ള സുരക്ഷാതത്വം തേടും. എതിർക്കുമെന്നായാൽ ഗൗളിയേപ്പോലെ വാൽ മുറിച്ച് ദൃശ്യഭ്രമം സൃഷ്ടിച്ച് രക്ഷപ്പെടും. നമുക്കു വേണ്ട ദ്രവിച്ച് നാശത്തിലേക്കു കൂപ്പുകുത്താൻ പാകമായ തൂണുകൾ. വീഴും മുൻപു നശിപ്പിച്ച് പുതിയതു പണിയണം."

റാവുത്തർ മൃദുവായി തന്നെ തുടർന്നു.

ബുദ്ധനെപ്പോലെ തന്നെ സംഘത്തിലെ എല്ലാവരും ശുഭ്ര വസ്ത്ര

ധാരികളായിരുന്നെങ്കിലും അഹല്യ മാത്രം വ്യത്യസ്ഥമായി ചുവന്ന മുണ്ടും ചുവന്ന മേൽവസ്ത്രവുമായിരുന്നു ധരിച്ചിരുന്നത്. അവൾക്കും ഈ യാത്ര ശാന്തിയുടേതായിരുന്നു. മഠത്തിലെ കാർക്കശ്യങ്ങളിൽ നിന്നും വിലക്കുകളിൽ നിന്നുമുള്ള മോചനം കൂടിയായിരുന്നു ഈ പുത്തൻ സംഘ ജീവിതവും ഈ പ്രസ്ഥാനവുമെങ്കിലും നിരന്തര പീഡനത്തിന്റെ പേടിപ്പിക്കുന്ന ഒച്ചയുടെ മുരളിച്ച അഹല്യയുടെ കാതുകളിൽ ഇപ്പോഴും മുഴങ്ങുന്നുണ്ട്. അവളറിയാതെ തന്നെ സ്വയം ഞടുങ്ങി വിറയ്ക്കാറുണ്ട്.

ബ്രാഹ്മണ്യത്തിന്റെ അരുതായ്മകളിൽ നിന്നു കലഹിച്ചിറങ്ങിയ അഹല്യക്കു സ്വതന്ത്ര ജീവിതമെന്നത് കൊച്ചുംനാളുകളിൽ സങ്കല്പം മാത്രമായിരുന്നു. അല്പ വസ്ത്രധാരികളായ ആൺസഹോദരങ്ങളേയും പരപുരുഷദർശനം വിലക്കപ്പെട്ട് മഠത്തിലെ അകത്തളങ്ങളിൽ വെറും ജീവശ്ശവമായി ജീവിച്ച കാലം അവൾ ഭയത്തോടെ ഓർത്തു.

"ആചാരങ്ങളും ജാതിവ്യവസ്ഥയും ഒരു വിധത്തിൽ സാമൂഹിക അച്ചടക്കത്തിന്റെ നാഗങ്ങളായിരുന്നു."

ശരിയെന്ന അർത്ഥം വരുന്നെങ്കിൽ വരട്ടെ എന്ന ഭാവമായിരുന്നു ബുദ്ധനിൽ. ബുദ്ധനെ വെറുതെ നോക്കി, ഇടതൂർന്ന മുടി പിന്നിലേക്കൊതുക്കി അഹല്യ തുടർന്നു.

"മിണ്ടുവാനും പറയുവാനും പ്രതികരണ ശേഷിയില്ലാത്ത നപുംസകങ്ങൾ മാത്രമായിരുന്നു. ഇന്നു സമൂഹം മുഴുവനായും ഒന്നിച്ചു സംവദിക്കുന്നു. നിശബ്ദ ദേഹിയേ ചുമന്നിരുന്ന ദേഹത്തിനു പ്രതീക്ഷകളുടെ, ആഗ്രഹങ്ങളുടെ ചന്ദനസുഗന്ധം ഇല്ലായിരുന്നു. എല്ലാം ഉപേക്ഷിച്ച് ഇറങ്ങിപ്പോരുമ്പോൾ പലരും പറഞ്ഞു, പറക്കമുറ്റാത്ത പക്ഷി ചതിയുടെ കൊടുംകാട്ടിലേക്കു പറന്നതു പോലെയാകുമെന്ന്. പരുന്തിനോ വേടനോ ഭക്ഷണമാകുമെന്ന്. ജനിച്ചത് ഇല്ലത്താണെങ്കിലും അന്തപ്പുരത്തിന്റെ സുഖങ്ങൾ വേണ്ടെന്നു വയ്ക്കുന്ന മനസ്സ് ശൂദ്രമാണത്രേ. അധമനു അധമ ചിന്ത പോകട്ടെ, പോയി ചാകട്ടെ. അഗ്രഹാര മതിൽകെട്ടു ചാടിപ്പോയ പെൺചിത്തമോർത്ത് ബന്ധുക്കളൊക്കെ പകച്ചു. പൂണൂലിന്റെ തലോടലും താളവും ചൂരുമറിയാത്ത പെണ്ണ് ചാവുണ്ടിക്കു തുല്യമത്രേ"

പറഞ്ഞു നിർത്തിയ അഹല്യ ശ്വാസത്തിനായൊന്നു നിർത്തി.

“അഹല്യ ഇനി ബ്രാഹ്മണസ്ത്രീ അല്ല. സത്വബോധമുള്ള സ്വാഭിമാനിയായ സ്ത്രീയാണ്.” റാവുത്തർ സ്വരം താഴ്ത്തി പറഞ്ഞു.

“ഇന്നു ബ്രാഹ്മണ്യമില്ല. മാത്രമല്ല മലയാളി പോലും ഇല്ലാതാവുകയാണെല്ലോ. വംശനാശം നേരിടുന്ന സ്പിഷീസായി മാറുകയാണ് മലയാളിയും മലയാള സംസ്കാരവും. മാവേലി നടുവാണിരുന്ന

കേരളം സങ്കല്പമായി മാറിയതുപോലെ താമസിയാതെ മലയാളിയും സാമൂഹ്യപാഠം പുസ്തകത്താളുകളിലാകും. ഹിന്ദുവും മുസൽമാനും ക്രസ്ത്യാനിയുമൊക്കെ ചേരുമ്പോഴുണ്ടായിരുന്ന മലയാളച്ചേരുവ ഇന്നു മലയാളിക്കു മനംപുരട്ടലാണ്. ഫെർട്ടിലിറ്റി നിരക്ക് ഇപ്പോൾ മൂന്നു ശതമാനത്തിൽ താഴെയാണ്. ഒരു സംസ്ക്കാരം നിലനില്ക്കണമെങ്കിൽ കുറഞ്ഞ ഫെർട്ടിലിറ്റിറേറ്റ് 2.1 ആണ്. അതിവിടില്ല."

അഹല്യ വാചാലയായപ്പോൾ ബുദ്ധനുൾപ്പെടെ എല്ലാവരും കേഴ്വിക്കാരനയി. "കേരളം ഭൂമിശാസ്ത്രപരമായും ഇല്ലാതാവുകയാണ്. കടലിൽ നിന്നും രൂപപ്പെട്ട കേരളം ആദ്യം അപ്രത്യക്ഷമാകും. കേരള സർവ്വകലാശാല ജിയോളജിക്കൽ വിദഗ്ധരുടെ കണ്ടെത്തൽ പ്രകാരം കഴിഞ്ഞ പതിന്നാല് വർഷത്തിനുള്ളിൽ അൻപത്തിയെട്ടു കിലോമീറ്റർ ദൂരത്തിൽ കുറഞ്ഞത് അറുന്നൂറ്റി ചില്വാനം ഏക്കർ തീരമാണ് കടൽ കവർന്നത്. ഈ നില തുടർന്നാൽ അടുത്ത പത്തു വർഷത്തിനകം തിരുവനന്തപുരം വിമാനത്താവളം തന്നെ ഇല്ലാതായേക്കാം."

ഒരു മാത്ര പറഞ്ഞു നിർത്തിയതിൽനിന്നു വീണ്ടും തുടർന്നു.

"ചിത്രശലഭത്തിന്റെ പ്യൂപ്പയുടെയെന്നപോലെ വിദ്യാസമ്പന്നരായ യുവാക്കൾ ജന്മനാടായ കേരളം ഉപേക്ഷിക്കുന്നു. പിന്നീടവർ ചേക്കേറുന്നത് പടിഞ്ഞാറൻ രാജ്യങ്ങളിൽ. അവിടങ്ങിൽ എത്തപ്പെടുന്നവർ തിരികെ സൗമ്യമായ തന്റെ ഗ്രാമങ്ങളിലേക്ക് ഒരുക്കലും മടങ്ങിവരാറില്ല. അങ്ങിനെ ഇവിടം വൃദ്ധസദനങ്ങളായി മാറും. ഇപ്പോൾ തന്നെ കേരളത്തിൽ ഒരുതരം സങ്കരസംസ്കാരമാണെല്ലോ. ബംഗാളിയുടേയും ജാർഖണ്ഡുകാരന്റേയും തമിഴന്റേയുമെക്കെ ചേർന്ന സങ്കരസംസ്കൃതി എന്തിനു വഴിയോര തട്ടു കടകളിപ്പോലും ജാർഖണ്ഡ് സ്വാദുള്ള ഭക്ഷണങ്ങളാണ്.

ബ്രാഹ്മണ്യം ഉപേക്ഷിച്ചപ്പോൾ ചെന്നെത്തിയത് മലയാളത്തനിമയാർന്ന സംസ്കൃതിയുടെ തീരങ്ങളിൽ ആയിരുന്നില്ല. ഗസ്നിയും ഗ്ളോറിയും കൊള്ളയടിച്ച ശേഷം ഉപേക്ഷിച്ചുപോയ ഭാരതം പോലെ രാഷ്ട്രീയക്കോമരങ്ങളും ഗുണ്ടകളും കൊള്ളയടിച്ച് ഒഴിഞ്ഞ..."

കേട്ടിരുന്ന ബുദ്ധന്റെ മനസ്സിലേക്കു പഴയ കാല ഓർമകൾ കടന്നു കയറി. തന്റെ കുട്ടിക്കാലത്തു കണ്ട കേരളമല്ല. ഇന്ന് ഒരുപാടു മാറ്റങ്ങൾ സംഭവിച്ചിരിക്കുന്നു. സ്വാതന്ത്ര്യസമര കാലത്ത് കോൺഗ്രസിനോടൊപ്പം കമ്യൂണിസവും നാവു നീട്ടിയ കാലം. ഒരു ദീർഘനിശ്വാസം ബുദ്ധനിൽ നിന്നുയർന്നു.

തന്റെ അച്ഛനുമങ്ങിനെയായിരുന്നു കമ്യൂണസത്തിനുവേണ്ടി സ്വയം ബലി കൊടുക്കുകയായിരുന്നുവല്ലോ. അന്ന് അച്ഛൻ തറവാട്

ഷെയർവിറ്റ് പാർട്ടിയെ വളർത്തി. ഇന്നു കമ്യൂണിസം നാടുവിറ്റ് തങ്ങളുടെ ഷെയർ കൊഴുപ്പിക്കുന്നു. കേരളീയരെ ബലികൊടുക്കുന്നു.

പാർട്ടി ഒരു കാലത്ത് ബൂർഷ്വാകൾ എന്നു വിളിച്ചിരുന്ന വർഗ്ഗത്തിന്റെ പകർന്നാട്ടമല്ലേ ഇന്നു നടക്കുന്നത്. അട്ടപ്പാടിയിലെ മധുവിനെ ഉപേക്ഷിച്ച് യൂസഫലിമാരെപ്പോലുള്ളവരെ ഹൃദയ പക്ഷമാക്കിയ കമ്യൂണിസത്തിന്റെ ഈവിധ വൈരുദ്ധ്യപ്പകർച്ച ഭൂരിഭക്ഷത്തിനുപോലും ഇഷ്ടപ്പെടത്തക്ക വിധത്തിലാക്കി. ആഴങ്ങളിലേക്കുള്ള നടത്തമല്ലേ ഇന്നു കമ്യൂണിസം. ഇവ്വിധമുണ്ടായ പകർന്നാട്ടക്കാലാശത്തിൽ നിലച്ചുപോയത് കേരളീയ ജനമനസ്സുകളിലെ പ്രത്യാശയുടെ ശ്വാസമായിരുന്നു.

എന്നോ നഷ്ടമായ ആ പഴയ കാലം ഓർത്തെടുക്കുകയായിരുന്നു ബുദ്ധൻ. തമിഴകത്തെ ആളൊഴിഞ്ഞ കുഴിത്തുറ ജയിൽ. പച്ചപ്പില്ലാത്ത മണൽക്കാടിനിടയിലുള്ള ബ്രിട്ടീഷ് പോലീസ്സ് സ്റ്റേഷനിലേക്ക് അന്ന് തന്റെ അച്ഛനായ മുത്തുപ്പണിക്കരെ പോലീസുകാർ പിടിച്ചുകൊണ്ടുപോയി. സ്റ്റേഷന്റെ പടി കടന്നതും ആജാനുബാഹുവായ ആ പോലീസുകാരൻ അച്ഛന്റെ പിൻകഴുത്തിൽ കൈകൊണ്ട് ഒരു വെട്ട്, ഇടിവെട്ടും പോലെ. അതോടെ പകുതി അബോധാവസ്ഥയിലായ അച്ഛനെയവർ ലോക്കപ്പിൽ അടച്ചു.

കുറച്ചേറെ നേരം കഴിഞ്ഞാണു പോലീസ് ഇൻസ്പകടർ വന്നത്. വന്നപാടെ തലയിലെ തൊപ്പിയൂരി മേശപ്പുറത്തു വച്ചശേഷം ഇരുകരങ്ങളാലും മീശപിരിച്ച് കർച്ചിഫെടുത്ത് കഷണ്ടികയറിയ തലയിലെ വിയർപ്പ് തുടച്ച് കസേര വലിച്ചിട്ടിരുന്നു നീട്ടിവിളിച്ചു.

“ടേയ്...”

വിളിച്ചല്പസമയത്തിനുള്ളിൽ ഒരു പോലീസുകാരൻ ഏത്തപ്പഴവും ചായയും കൊണ്ടുവന്നു മേശപ്പുറത്തു വച്ചു.

“ലോനെ വിളിയപ്പാ.....”

പോലീസുകാരൻ മുത്തുപ്പണിക്കരെ കൂട്ടികൊണ്ടു ഇൻസ്പകടറുടെ മുന്നിൽ ഹാജരാക്കി.

“സാപ്പിട്ടേച്ചാ...”

ആറടിയിലധികം പൊക്കവും കൊമ്പൻ മീശയുമൊക്കെയുള്ള ഇൻസ്പെക്ടറുടെ സ്വരം ചീവിടിന്റേതുപോലെയായിരുന്നു.

ഇൻസ്പെക്ടറുടെ ചോദ്യം പകുതി ശ്രവിച്ച മുത്തുപ്പണിക്കർ ഏത്തപ്പഴവും ചായയും കഴിച്ച് തൊലി പുറത്തേക്കെറിഞ്ഞു വന്നതും “അവമ്മതിയാ” എന്നു പറഞ്ഞ് ഇൻസ്പെക്ടർ മുത്തുപ്പണിക്കരുടെ പുറംകഴുത്തിനു വെട്ടും ഇടിയും ഒന്നിച്ചു കൊടുത്തു.

പെട്ടെന്നു കുറ്റപത്രം തയ്യാറാക്കി ദീർഘകാലത്തേക്കു ജയിലിൽ

അടച്ചു. പിന്നെ ബ്രിട്ടീഷ് സർക്കാർ റയിൽവേക്കായി നിർമ്മിച്ച തുരങ്കത്തിനകത്തുള്ള ഒളിജീവിതം. ആരും അറിയാതെ പുലർച്ചെയുള്ള പത്രവില്പനയും. വല്ലപ്പോഴും ലഭികുന്ന പാർട്ടി രഹസ്യ അറിയിപ്പനുസരിച്ച് ഏതേലും ഗ്രാമപ്രദേശങ്ങളിലെ രാത്രികാല രഹസ്യയോഗങ്ങളുമായി എത്രനാൾ. ബുദ്ധന്റെ സിരകളിൽ ഗതകാല യാഥാർത്ഥ്യങ്ങൾ മിന്നി മറഞ്ഞു കൊണ്ടിരുന്നു.

കമ്യൂണിസ്റ്റു ഭരണം വരണം ഇന്നെത്തെ വ്യവസ്ഥിതി മാറണം. ഭരണ നിയന്ത്രണമില്ലാതെയുള്ള പ്രിമിറ്റീവ് ജനജീവിതം. സ്വാതന്ത്ര്യം, എല്ലാവർക്കും ഒന്നു പോലെ ഭക്ഷണം, തുല്യവേതനം. വേർവരമ്പുകളില്ലാത്ത കമ്യൂണിസ്റ്റുസമൂഹം, അതിനു വേണ്ടിവരുന്ന സമരപോരാട്ട സജ്ജീകരണങ്ങൾ. അങ്ങിനെ എല്ലാം. കമ്യൂണിസ്റ്റു യാഥാർത്ഥ്യത്തിനു വേണ്ടി മുത്തുപ്പണിക്കരും ചാവേറായി.

ബുദ്ധനിൽ ഒരു നെടുവീർപ്പുയർന്നു. ഒന്നു കൂടി ഇളകിയിരുന്നു. പാർട്ടിക്കുള്ളിൽ ശരിയും തെറ്റും തമ്മിലുള്ള ആശയസമരം, പുറത്ത് വ്യവസ്ഥിതികൾക്കെതിരെയുള്ള സമരം - അങ്ങിനെ രണ്ടു ലൈൻ സമരമായിരുന്നു പാർട്ടി അഭിമുഖികരിച്ചത്. കേരളം ചുവക്കണം, സെക്രട്ടറിയേറ്റിൻ ചെങ്കൊടി പറക്കണം, വിയർത്ത് അന്നം കഴിക്കുന്ന തൊഴിലാളികൾ നാടുഭരിക്കണം, കൃഷിഭൂമി കർഷകന്റേതാകണം - പുതിയൊരു ലോക സങ്കല്പം.

“ഇനിയും അവർ വരുത്താൻ പോകുന്ന പുതിയ വ്യാജ ലോകക്രമത്തെ എതിർക്കുക എന്നതാണ് സംഘദൗത്യം."

സനാതന സംഘ ക്യാപ്റ്റനായ റാവുത്തറുടെ പ്രഖ്യാപനം ഒരു മിന്നൽ പിണർ പോലെ എല്ലാ വരുടേയും മസ്തിഷ്ക്കത്തിൽ ഊർജ്ജം പകർന്നു.

റാവുത്തറുടെ ഈ പ്രഖ്യാപന സ്വരമാണ് ബുദ്ധനെ ഗതകാല സ്മരണകളിൽ നിന്നും മുക്തനാക്കിയത്. ഉണർന്നണീറ്റ സാർത്ഥവാഹകസംഘം മുന്നം നടക്കുന്ന ബുദ്ധനു പിൻപേ ധൃതിയിൽ യാത്ര തുടർന്നു. ചുവന്ന ചേലചുറ്റിയ അഹല്യയോടൊപ്പം സ്ത്രീ സംഘാംഗങ്ങളും അവർക്കൊപ്പം നടന്നു.

“അവർ നവലോക സൃഷ്ടിക്കായി പുതിയ ആഗോള കൺസോർഷ്യത്തെ ലേലത്തിനു ക്ഷണിച്ചിരിക്കുന്നു."

അല്പമാത്ര ശബ്ദത്തിലാണു റാവുത്തർ പറഞ്ഞതെങ്കിലും മുന്നിൽ നടക്കുകയായിരുന്ന ബുദ്ധനതുകേട്ട് ഉത്തരമെന്നോണം പറഞ്ഞു.

“നടക്കെട്ടെ നിജപ്പെടുത്തേണ്ട. സംഘം സമാധാനത്തിനു എതിരല്ല. പക്ഷേ നാടിന്റെ സമാധാനം കൊടുത്തുന്ന കപട സമാധാനം

എതിർക്കപ്പെടണം."

"നമ്മൾ യുദ്ധസജ്ജരാണ്."

"നമ്മുടെ ശ്വാസവും ഹൃദയമിടിപ്പുകളും കേരളീയ ജനതയുടെ ഉള്ളിൽ തുടിക്കുന്നുണ്ട്. ഗ്രാമം സജ്ജമാണ്. അതിരുകളില്ലാത്ത സ്വാതന്ത്ര്യത്തിലേക്കായി കേരളം കാതോർക്കുന്നു."

"ശത്രുവിനെ തിരിച്ചറിയുന്നത് ഇനി പ്രയാസകരമല്ല. നീണ്ട എഴുപത്തിഅഞ്ചു വർഷത്തെ ജനജീവിതപാഠം മതി ഏതൊരാൾക്കും പ്രതിയോഗിയേ തിരിച്ചറിയാൻ."

"ഗാന്ധിജിയുടേയും മാർക്സിന്റെയും പേരു പറഞ്ഞുള്ള പറ്റിക്കലും കൊള്ളയും തിരിച്ചറിഞ്ഞു പ്രവർത്തിച്ചില്ലെങ്കിൽ ഇളം തലമുറ ആത്മഹത്യയിലേക്കും പിടിച്ചുപറിയിലേക്കും കൊലപാതകങ്ങളിലേക്കും പോകേണ്ട ഗതികേടുണ്ടാകും."

"അങ്ങിനെ സംഭവിക്കരുത് ധർമ്മം പുലരണം."

ബുദ്ധൻ ശരണം ഗഛാമി...

സംഘം ശരണം ഗഛാമി...

അന്നേരം സംഘത്തിലാരോ വിളിച്ചത് സംഘാംഗങ്ങൾ ഏറ്റു ചൊല്ലി.

“ധർമ്മം പുലരണം. നീതി വാഴണം. കർമ്മത്തിന് വ്യക്തത വേണം നാട് നാളേയും നീതിയുക്തമായി പുലരണം."

ഇങ്ങനെ പറഞ്ഞ് ബുദ്ധൻ തന്റെ നടത്തക്ക് വേഗത കൂട്ടി.

ബുദ്ധനോടൊപ്പമെത്താനെന്നപോലെ സംഘാംഗങ്ങൾക്കൊപ്പം അഹല്യയും വേഗത്തിൽ നടന്നുകൊണ്ട് ഓർമ്മപ്പെടുത്തൽപോലെ പറഞ്ഞു.

"ആയിരത്തിത്തൊള്ളായിരത്തി അറുപതുകളിൽ സഖാവ് ഇ. എം.എസ്. നമ്പൂതിരിപ്പാട് കേരളം ഭരിച്ചിരുന്നപ്പോൾ ഒരു ദിനം രാവിലെ പുറത്തിറക്കിയ പ്രസ്ഥാവന - നമ്മുടെ മന്ത്രിമാരുടെ ശമ്പളം എഴുന്നൂറിൽ നിന്നും അഞ്ഞൂറു രൂപയാക്കി കുറച്ചിരിക്കുന്നു. ഇതു ഞാൻ നിങ്ങളോടു ആലോചിക്കാതെ എടുത്ത തീരുമാനമാണ്. കാരണം നാട്ടിലെ കർഷകരും കർഷകത്തൊഴിലാളിമാരും കുറേ കഷ്ടത്തിലാണ്. നമുക്കതു കാണാതെ മുന്നോട്ടു പോകാനാവില്ല. സഖാക്കൾ അതുകൊണ്ട് സഹകരിച്ചേ പറ്റു... - ഇപ്പോഴാണെങ്കിലോ മന്ത്രിമാരുടെ ആസ്തിയെത്രയാന്നറിയാമോ, ബാങ്കു നിക്ഷേപവും ഓഹരി വിഹിതവുമുൾപ്പെടെ 2 04 048 രൂപയോളമാണത്രേ ഒരു കമ്യൂണിസ്റ്റു മുഖ്യമന്ത്രിയുടെ ആസ്തി.

ഭാര്യക്ക് വിവിധ സ്ഥാപനങ്ങളിലായി 2976717ചില്വാനവും തലശ്ശേരി എസ് ബി ഐ ശാഖയിൽ 70648 രൂപയും കൈരളി ചാന

ലിന്റെ 10,000 രൂപാ വില വരുന്ന ആയിരം ഷെയറും കണ്ണൂർ വിമാനക്കമ്പനിയിൽ ഒരു ലക്ഷം രൂപയുടെ ഷെയറുമുണ്ടത്രേ.

ഇ എം സ്സ് ആണെങ്കിലോ തന്റെ വിഹിതമായി കിട്ടിയ ഏലംകുളം മന എഴുതി വിറ്റാണ് പാർട്ടിയെ വളർത്തുകയും നൂറിലധികം പുസ്തകങ്ങൾ പ്രസിദ്ധീകരിക്കുകയും ദേശാഭിമാനി പത്രം തുടങ്ങുകയുമൊക്കെ ചെയ്തത്. സഖാവ് ഇ എം സ്സ് കമ്യൂണിസത്തിൽ അടിയുറച്ചു വിശ്വസിച്ചിരുന്നപ്പോഴും അന്ധവിശ്വാസമില്ലാത്ത വ്യക്തിയായിരുന്നു. വിശ്വാസിയായ ഭാര്യ ആര്യ അന്തർജനം ക്ഷേത്രദർശനത്തിനായി ക്ഷേത്രമതിൽക്കകത്തു കയറുമ്പോൾ അതനുവദിച്ച് വെളിയിൽ കാത്തു നില്ക്കുന്ന ഭർത്താവായിരുന്നു അദ്ദേഹം. ഇതൊക്കെ മറവിയുടെ കുത്തൊഴുക്കിൽ ഒലിച്ചു പോയി.

തനിക്കു കറുപ്പാകാം പ്രജകൾക്കു പാടില്ല. ഏതോ ജ്യോതിഷൻ കവടി നിരത്തി തെളിഞ്ഞ വർണ്ണവൈജാത്യത്തിന്റെ സാധുത മൂളിക്കേട്ട സഖാവ് അത് ഉടൻ നടപ്പാക്കുകയായിരുന്നല്ലോ.

പാകപ്പിഴ എവിടെയാണ്.

അതു വ്യക്തമാണ്.

വ്യവസ്ഥിതിയിൽ ബ്രിട്ടീഷ് ജനാധിപത്യ ദർശനം നവമാദ്ധ്യമങ്ങൾ വഴി ജനം നോക്കിക്കാണുകയാണ്. വ്യക്തമായി എല്ലാം അവർക്കറിയാം.

പക്ഷേ കൂട്ടിലാക്കപ്പെട്ട നിലവിളി.

ഏറ്റവും കൂടുതൽ ആസ്തിയുള്ള മന്ത്രിമാർക്കും എം എല്ലേമാർക്കും പിന്നേയും ശമ്പള വർദ്ധന. വീടുപുലർത്താൻ രാപ്പകൻ കഷ്ടപ്പെടുന്നവനു ശമ്പളമില്ല, അതിനു ഖജനാവിൽ പണമില്ല. അവർക്കു ശമ്പളം കൊടുക്കുവാൻ കടമെടുക്കണം. കടമെടുത്തു ചിലവു നടത്തുന്ന മറ്റൊരു ദേശമുണ്ടെന്നു തോന്നുന്നില്ല.

"ഇത് എവിടുത്തെ ന്യായം."

കേട്ടിരുന്ന റാവുത്തർ ചോദിച്ചു. വിറോടെ അഹല്യ തുടർന്നു

"തിരഞ്ഞെടുപ്പുപ്രചരണം നിരോധിക്കണം. ഓരോവർഷം കൂടുമ്പോൾ സാമാജികരെ തിരികെ വിളിക്കുവാനുള്ള റിവേഴ്സ് വോട്ടിങ്ങ് സമ്പ്രദായമാണ് വേണ്ടത്."

"കേരളീയജീവിതത്തിൽ വിപ്ലവം വിഷലിപ്തമാക്കിയതിൽസഖാവ് ഇ എം എസ്സിനു പങ്കില്ലേ? വിപ്ലവത്തിന്റെ കാഴ്ചപ്പാട് തിരുത്തി ഒന്നുമറിയാത്ത കർഷകത്തൊഴിലാളികളെ സഖാവ് വഞ്ചിക്കുകയായിരുന്നു. എത്ര ചുരമാന്തിയാലും എല്ലാപേരുടേയും ഉള്ളിൽ ജാതി കാണുമെന്നു പറയുമായിരുന്ന നമ്പൂതിരിക്ക് അത്രയുമേ കഴിയുമായിരുന്നുള്ളു."

"ഭൂഭരിഷ്കരണ നിയമത്തിൽ വെള്ളം ചേർന്നില്ലേ?"

"കേരളത്തിലെ മുഴുവൻ കർഷകത്തൊഴിലാളികളുടേയും ലിസ്റ്റ് ഉണ്ടാക്കി റവന്യൂ വഴി കൃഷിഭൂമി കർഷകനു നൽകാമായിരുന്നില്ലെ. പകരം പാർട്ടിക്കു വീണ്ടും അധികാരം കിട്ടുവാനായി അഞ്ചു സെന്റ് നൽകി എം.എൻ. ഗോവിന്ദൻ നായർ ദളിതരെ കോളണികളിലാക്കി അവരുടെ അധമ ബോധത്തെ വളർത്തി, കെട്ടിയിട്ടു.കുടികിടപ്പുകാർക്ക് പഞ്ചായത്തിൽ പത്തുസെന്റ്, കോർപ്പറേഷനുകളിൽ മൂന്നു സെന്റ് കുടികിടപ്പു ഭൂമിയിൽ അവകാശം. രണ്ടാമതായി തെള്ളായിരത്തിനാൽപത്തിയേഴിലെ ഭൂഭരിഷ്ക്കരണ ഒഴിപ്പിക്കൻ നിരോധന നിയമത്തെ മുന്നിൽക്കണ്ട് സ്വത്ത് കൈമാറ്റ രേഖകൾ മുൻകൂർ ഉണ്ടാക്കുന്നതു തടയാൻ നിയമത്തിനു തൊള്ളായിരത്തി അൽപത്തിയേഴ് ഡിസംബർ പതിനെട്ടിനു പൂർവ്വകാല പ്രാബല്യത്തോടെ ഭേദഗതി. എന്നാൽ ഭേദഗതി ചെയ്യപ്പെട്ടനിയമത്തിൽ അറുപതു ജൂലൈ ഇരുപത്തിയേഴാം തീയതി മുതലുള്ള രേഖകൾ മാത്രമേ അസാധുവാകുന്നുള്ളു. അതുകൊണ്ടു സംഭവിച്ചതോ അതുവരെയുള്ള കൈമാറ്റ രേഖകൾക്കെല്ലാം നിയമസാധുത. ഭൂഭരിഷ്കരണ നിയമം ശുദ്ധ തട്ടിപ്പായിരുന്നു."

തികഞ്ഞ ഒരു രാഷ്ട്രമീമാംസകയെപ്പോലെ അഹല്യ പറഞ്ഞവസാനിപ്പിച്ചു. കേട്ടിരുന്ന റാവത്തർ തുടർച്ചയെന്നോണം പറഞ്ഞു.

"ഏക്കർ കണക്കിനു ഭൂമി കൈവശമുള്ള നമ്പൂതിരിമാരെ രക്ഷിക്കുവാനൊരു ഇടക്കാലയിളവും. ഇക്കാലയിളവിൽ മാത്രം പതിനെട്ടു ലക്ഷത്തോളം പ്രമാണങ്ങൾ രജിസ്റ്റർ ചെയ്യപ്പെട്ടതായാണു കണക്ക്."

അഹല്യ തുടർന്നു.

"ട്രൈബ്യൂണലുകളുടെ ഘടനയിൽ വരുത്തിയ മാറ്റത്താൽ സിവിൽ കേസുകൾ ഒരിക്കലും തീരാത്ത ഏടാകൂടമായി. കുടിയാന് അവന്റെ അവകാശം ലഭ്യമാക്കുക, ഭൂരഹിതരായ കർഷകത്തൊഴിലാളികൾക്കും ഹരിജന-ഗിരിജനങ്ങൾക്കും മിച്ചഭൂമി വിതരണം നടത്തുക, ജന്മിത്തം എന്നേക്കുമായി അവസാനിപ്പിക്കുക തുടങ്ങിയവയൊക്കെ ഈ ബില്ലിൽ ഉണ്ടായിരുന്നു. എന്നാൽ തോട്ടങ്ങളെ ഇതിൽ നിന്നും ഒഴിവാക്കി."

"ഇടതു വലതു വിപ് ഭേദഗതിക്കാർ ചേർന്ന് കർഷകത്തൊഴിലാളികളെ ചതിക്കുകയായിരുന്നു."

അടക്കാനാകാത്ത ദേഷ്യമുള്ളിലുറയുന്നതിന്റെ പ്രതിഫലനമെന്നോണം പല്ലുകൾ ഞെരിഞ്ഞമർന്ന ശബ്ദത്തോടെയാണ് റാവുത്തർ പറഞ്ഞത്. "ആ ചതി ഇന്നും ഉല്പാദനക്ഷമമല്ലാത്ത ചെറുകിട

കർഷകഭൂമി തരിശിട്ടു ചരിത്രം തിരിച്ചടിക്കുകയാണ്."

കേട്ടിരുന്ന ബുദ്ധൻ പറഞ്ഞത് "നടപ്പാക്കിയ ഭൂപരിഷ്കരണ നിയമം കാര്യക്ഷമവും ശാസ്ത്രീയവുമായിരുന്നെങ്കിൽ ഇന്നു പത്ര മാധ്യമങ്ങളിൽ കോടികൾ മുടക്കി ചെയ്യുന്ന ഹരിതകേരളമെന്ന പര സ്യത്തിൽ മാത്രമൊതുങ്ങാതെ ഇവിടുത്തെ കാർഷിക സർവ്വകലാ ശാലകളിൽ നിന്നും കർഷകത്തെഴിലാളികളുടെ കുട്ടികൾ പഠിച്ചിറ ങ്ങി നമ്മുടെ കേരളം ഹരിത കേരളമാക്കുമായിരുന്നു.

ഉല്പാദനക്ഷമമാകേണ്ട കേരളത്തെ ഉപഭോക്തൃ സംസ്ഥാനമാ ക്കിയത് ഈ രാഷ്ട്രീയ അഭ്യാസമാണ്."

പകലിലെ ഇര തേടലും അലച്ചിലുകളുമൊക്കെ കഴിഞ്ഞ് നദി ക്കരയിലെ കൂറ്റൻ അരയാൽ വൃക്ഷത്തിൽ കറുത്ത ചിറകുകളും വെള്ളിത്തൂവൽ ദേഹവുമുള്ള കിളികൾ കൂട്ടമായി ചേക്കേറിയിരു ന്നു. ചില പക്ഷികൾ വന്നിരുന്നു ചിറകു മിനുക്കി കുറുകിക്കൊണ്ടി രിക്കുമ്പോൾ ചിലത് വന്നതുപോലെ ശരവേഗത്തിൽ മുകളിലേക്കു യർന്നു വീണ്ടും അതേ വേഗത്തിൽ മരച്ചില്ലകളിലെത്തുന്നതുകാണു വാൻ നല്ല രസമായിരുന്നു. പ്രകൃതി നമ്മേപ്പോലെ എല്ലാ സ്വാതന്ത്ര്യ വും അവർക്കും നൽകിയിട്ടുണ്ട്. പക്ഷേ മനുഷ്യൻ മാത്രം സ്വാതന്ത്ര്യ ത്തിനു പരിധിയും പരിമിതിയും കല്പിക്കുന്നു. അത്തരം പാരതന്ത്ര്യ ങ്ങളിൽപ്പെട്ട് ഉഴലുമ്പോഴും ആ പാരത ന്ത്ര്യത്തിനു ഉത്തരവാദിത്വം ആരോപിച്ച് സ്വയവും വ്യവസ്ഥിതിയേയും പൊഴിക്കുന്നു. എന്നാൽ സർപ്പങ്ങൾ പടംപൊഴിക്കുന്നതുപോലെ അത്രപെട്ടെന്ന് വ്യവസ്ഥി തിയുടെ പാരതന്ത്ര്യങ്ങൾ പൊട്ടിച്ചെറിയുവാൻ ആകില്ലെങ്കിലും മൂല്യ ങ്ങളുടെ സത്യാന്വേഷണങ്ങൾ നടത്തി സ്വയം തിരിച്ചറിഞ്ഞ് അവയി ലൂടെ തങ്ങളുടെ ജീവിതത്തെ പുനർനിർണ്ണയിക്കുവാനാകും.

കർഷകത്തൊഴിലാളികളോടു കാട്ടിയ വഞ്ചന കമ്യൂണിസ്റ്റു പാർട്ടി ദളിതരോടും കാട്ടി. ദളിതരും ദരിദ്രരും ഒരുപോലെ വെറു ക്കപ്പെട്ടവരെന്നായിരുന്നു അവരുടെ ഉൾനിരീക്ഷണം. ആയിരത്തി തെള്ളായിരത്തി എഴുപത്തിയേഴു മുതൽ രണ്ടായിരം വരെ തുടർ ച്ചയായി ഇരുപത്തിമൂന്നു കൊല്ലം ബംഗാൾ മുഖ്യമന്ത്രിയായിരുന്നു ജ്യോതിബാസു. കൽക്കത്തായിൽ അക്കാലങ്ങളിൽ സന്ദർശനത്തി നെത്തുന്നവർ കാണുവാൻ ആഗ്രഹിക്കുന്ന രണ്ടു വ്യക്തി കളിൽ ഒരാൾ ബാസുവായിരുന്നു. മറ്റേയാൾ മദർ തെരേസയും. തെള്ളാ യിരത്തി തൊണ്ണൂറ്റിയേഴിലാണ് മദർ മരിക്കുന്നത്. ജ്യോതിബാസു വും തെരേസയും തമ്മിലുള്ള ഊഷ്മള ബന്ധത്തെക്കുറിച്ച് മുൻ തെ രഞ്ഞെടുപ്പുമുഖ്യകമ്മീഷണർ നവീൻ ചൗള എഴുതി യതു അഹല്യ ഓർക്കുന്നുന്നോ. നിരീശ്വരവാദിയും കമ്യൂണിസ്റ്റുകാരനുമായ ഒരാൾ

ക്ക് സർവ്വവും ദൈവത്തിൽ സമർപ്പിക്കുന്ന ഒരാളുമായി എവിടെയാണു യോജിക്കുവാനാകുന്നതെന്ന ചോദ്യത്തിനു ബാസുവിന്റെ മറുപടി "ഞങ്ങൾ രണ്ടുപേരും ദരിദ്രരോടു സ്നേഹമുള്ളവരാണ്." ഈ ദരിദ്രരോടുണ്ടെന്നു പറഞ്ഞ സ്നേഹം കേരളത്തിൽ ഇന്നുണ്ടോ?"

ഓണക്കാലത്ത് പലവ്യഞ്ജന കിറ്റിലൂടെ അവരുടെ വോട്ട് ഉറപ്പിക്കുന്ന തൊഴിച്ചാൽ ദരിദ്രരെ ഇന്നും വെറുക്കുകയാണ് നേതൃത്വം. വർഷങ്ങൾക്കു മുൻപ് യശ്ശശരീരനായ സഖാവ് ഇ.കെ. നയനാർ പങ്കെടുത്ത ഒരു സംവാദത്തെക്കുറിച്ച് പ്രഫസർ എം. കുഞ്ഞാമൻ പറഞ്ഞതോർക്കുന്നു.

എന്തു കൊണ്ടാണ് മറ്റു പാർട്ടികളെപ്പോലെ സി പി എമ്മും ദളിതരെ സംവരണ മണ്ഡലങ്ങളിൽ മാത്രം നിർത്തുന്നത്. നയനാരുടെ മറുപടി, " അവർ യോഗ്യരായി വരട്ടെ ഞങ്ങൾ പരിഗണിക്കും"

"സഖാവെ ആരാണ് ഈ അവരും ഞങ്ങളും."

അതു കേരള സാമൂഹിക ചരിത്രവികാസത്തിലേക്കുള്ള ഒരിക്കലും ഉണങ്ങാത്ത മുറിവ് ഏല്പിച്ച വാരിക്കുന്തംകൊണ്ടുള്ള കുത്തായിരുന്നു. ഇൻഡ്യൻ ഇടതുപക്ഷത്തിനു സംഭവിച്ച അപരിഹാസ്യമായ പാളിച്ചയേ പരസ്യവിചാരണ ചെയ്ത ചോദ്യാഗ്നിയായിരുന്നു. അന്നു നയനാർക്ക് കൃത്യമായ മറുപടി പറയുവാനായില്ലെന്ന് കുഞ്ഞമൻ പിന്നീടു പറഞ്ഞു. ദളിതരെ ആദിവാസി സഭയിലും പട്ടികജാതി ഫെഡറേഷനിലും സംവരണ മണ്ഡലങ്ങളിലും ഒതുക്കുകയല്ല പാർട്ടിയുടെ മുഖ്യധാരകളിലും ഒരുപോലെ ഉൾച്ചേർക്കുന്നതിലാണ് വർഗ്ഗ ജാതി രാഹിത്യത്തിന്റെ കാമ്പും കാതലും ഇരിക്കുന്നതെന്നാണ് കുഞ്ഞാമൻ അന്നു വ്യക്തമാക്കിയത്. മറ്റ് എല്ലാ പ്രധാനപാർട്ടികളുടേയും തലപ്പത്ത് ദളിതരായവർ വന്നിട്ടുണ്ടെ ങ്കിലും സി പി എമ്മിന് ഇനിയും ഒരു ദളിതനോ ഗിരിവർഗ്ഗക്കാരനൊ ജനറൽ സെക്രട്ടറി ആയിട്ടില്ലായെന്നതും സ്മരണീയമാണ്.

ചർച്ചകളും അഭിപ്രായങ്ങളുമൊക്കെയായി യാത്ര ചെയ്ത് ബുദ്ധനും സംഘാംഗങ്ങളും തലസ്ഥാനത്ത് അവരുടെ ആശ്രമത്തിലെക്കു കയറി.

അകത്തളത്തിൽ വിരിച്ചിരുന്ന പുൽപ്പായയിൽ അവരവർക്കു നിഷ്ക്കർഷിതമായ ഇരിപ്പിടങ്ങളിൽ ആസനസ്ഥനായി ധ്യാനത്തിൽ മുഴുകി. ധ്യാനശേഷം ആവി പറക്കുന്ന ആഹാരം മൺപാത്രത്തിൽ എല്ലാവർക്കും വിളമ്പി. ആഹാരത്തിനു മുൻപുള്ള അന്ന പ്രാർത്ഥന ചൊല്ലി ഒരോരുന്നരും സാവധാനം ആഹരിച്ചു തുടങ്ങി.

സംഘം ഏറ്റെടുത്തിട്ടുള്ള ദൗത്യം ഉദാത്തമാണ്. ആഭ്യന്തര കൊ

ള്ളയിൽ നിന്നും നാടിനെ രക്ഷിക്കുക. ഫെഡറൽ സംവിധാനമുള്ള സംസ്ഥാനത്തിനു സ്വയം നവീകരണത്തിനു പരിമിതികളുണ്ട്, ഈ പരിമിതിയേയാണെല്ലോ നാം രാജ്യസ്നേഹം എന്നു വിളിക്കുന്നത്. രാജ്യം എന്ന സങ്കല്പം ഉണ്ടായിട്ടു തന്നെ രണ്ടു പതിറ്റാണ്ടുകളെ ആയിട്ടുള്ളു. സംഘം ഏറ്റെടുത്തിരിക്കുന്ന ദൗത്യം വ്യവസ്ഥയുടെ ഭാഗത്തു നിന്നു വീക്ഷിച്ചാൽ രാജ്യദ്രോഹവും ജനപക്ഷത്തു നിന്നു നിരീക്ഷിച്ചാൽ രാജ്യസ്നേഹവുമാണ്. ഇവിടെയാണ് തെറ്റും ശരിയും പോരാടാനുറച്ചത്. രാജ്യമെന്നാൽ വ്യവസ്ഥിതിയാണോ? പ്രജയാണോ? വ്യവസ്ഥിതിയുടെ ശരി പ്രജകൾക്കുതെറ്റിന്റെ പട്ടികയിലെ ഒരദ്ധ്യായം. ഉദാഹരണം വ്യവസ്ഥയുടെ മേലാളായിരുന്ന മുൻ പ്രധാനമന്ത്രി ശ്രീമതി ഇന്ദിരാഗാന്ധി അടിയന്തിരാവസ്ഥ പ്രഖ്യാപിച്ചത് രാജ്യത്തിനു വേണ്ടിയോ? പ്രജകൾക്കുവേണ്ടിയോ?

രാജ്യത്തിനോ പ്രജകൾക്കോ വേണ്ടിയായിരുന്നില്ല. അതു രാജ്യഭരണത്തിനു വേണ്ടിയായി രുന്നു. ഇത് എല്ലാ സംസ്ഥാനങ്ങളും തിരിച്ചറിഞ്ഞപ്പോൾ കേരളം മാത്രം ആ രാജ്യതാല്പര്യത്തോടു കൂടി.

ആശ്രമാങ്കണത്തിൽ നിഴൽ വിരിച്ചു നിന്നിരുന്ന വരിക്കപ്ലാവിനടുത്തുള്ള തിട്ടയിൽ ഇരുന്നുകൊണ്ട് ബുദ്ധൻ പറഞ്ഞു.

"ആശ്രമവ്യവസ്ഥയാകണം രാജ്യവ്യവസ്ഥ. രാജ്യം ആശ്രമം പോലെ ശുദ്ധമാണ്. അതു അത്ര തന്നെ പരിശുദ്ധമായി പരിപാലിക്കപ്പെടണം. കള്ളത്തരങ്ങളും ചതിയുമൊക്കെ ഭൗതിക വളർച്ചക്കു വേണ്ടിയാണ്. അത്മാവിനു ചതിയും കള്ളവുമില്ല പക്ഷേ ബുദ്ധിക്ക് അതു വേണം. അതാണ് ആത്മാവും ബുദ്ധിയും തമ്മിലുള്ള വ്യത്യാസം. പ്രജകളുടെ അത്മാവു രക്ഷിക്കപ്പെടണം. എല്ലാവർക്കും ഒരേനീതി, കൊല്ലപ്പുള്ള പോലെ സേവനം, തുല്യ വേതനം. ബുദ്ധൻ സംഘാഗംങ്ങളോടു തങ്ങളുടെ ദൗത്യത്തെക്കുറിച്ച് ബോധവാന്മാരാകുവാൻ പറയുമ്പോൾ പടിഞ്ഞാറെ ചക്രവാളത്തിൽ ദിനകരൻ അസ്തമനത്തിനുള്ള ഒരുക്കത്തിലായിരുന്നു. അന്തിച്ചെമപ്പാർന്ന ആകാശത്തിൽ വട്ടമിട്ടുപറന്ന പക്ഷികളും മരക്കൊമ്പുകളിൽ സന്ധ്യാവന്ദനത്തിനൊരുങ്ങി. ബുദ്ധനു പിൻപേ സംഘാംഗങ്ങൾ എഴുന്നേറ്റ് സന്ധ്യാവന്ദനം ചെയ്തു.

പ്രകൃതിയോടു ചേരാതെ, പ്രകൃതിനിയമം അനുസരിക്കാതെ മനുഷ്യനു നിലനില്പില്ല. ബ്രഹ്മസ്വരൂപിയായ മനുഷ്യന് അതിനെ കീഴ്പ്പെടുത്തുക അസാദ്ധ്യമാണ്. ധ്യാനിനിമഗ്നരായിരുന്ന സംഘം രാത്രി ഭോജനശേഷം അവരവരുടെ കക്ഷകളിലേക്കു നിദ്രക്കായിപ്പോയി. ആശ്രമാങ്കണത്തിൽ കിനിഞ്ഞു കത്തിനിന്ന തീപ്പന്തം മാത്രം രാത്രിയേ ഭേദിക്കാനെന്നപോലെ എരിഞ്ഞു നിന്നു.

2

ഇരുട്ടുമൂടിത്തുടങ്ങിയ മുറിയിൽ നിലത്തു വിരിച്ച കീറിയ തഴപ്പായയിൽ താവീതു കിടന്നെങ്കിലും ശത്രുഭയത്താൽ താവീതിനു ഉറക്കം വന്നില്ല. തൊട്ടരികിൽത്തന്നെ തിരിതാഴ്ത്തി വെച്ച മണ്ണെണ്ണവിളക്ക് കിനിഞ്ഞു കത്തുന്നുണ്ടായിരുന്നു. അരണ്ടവെളിച്ചത്തിലും മൺകട്ടകൊണ്ടു നിർമിച്ച ചുമരിലെ ചെറിയ സുഷിരത്തിലൂടെ ആരോ തന്നെ വകവരുത്തുവാൻ നോക്കുന്നതായി അയാൾക്കു തോന്നി. പേടിയുടെ ജീർണിച്ച ശവം അയാളുടെ തൊണ്ടയിൽ കുടുങ്ങി ദുർഗ്ഗന്ധം വമിക്കുന്നതയാൾ അറിഞ്ഞു. അടുത്ത മുറിയിൽ ഭാര്യ കോലമ്മയും മകളും കിടപ്പുണ്ട്.

അലക്ഷ്യമായി പാതിവീർപ്പിച്ച കുമിളകൾപോലെയായിരുന്നു അവരുടെ ജീവിതം. താവീതിനു രണ്ടു പെൺമക്കളായിരുന്നു. മൂത്തവളെ തമിഴ്നാട്ടിലെ എടലാകുടി എന്ന സ്ഥലത്തേക്ക് വിവാഹം കഴിച്ചു കൊണ്ടുപോയി. പയ്യൻ തമിഴ്നാട്ടുകാരനായിരുന്നു. വിവാഹമായിട്ടൊന്നുമായിരുന്നില്ല. ചെക്കനും ചെക്കന്റെ രണ്ടോ മൂന്നോ ചേർച്ചക്കാരും മാത്രമാണു വന്നിരുന്നത്. പൊടകൊടയല്ലേ കുളിച്ചു നിക്കി. കോലമ്മ താവീതിനെ ശാസിച്ചു. പെണ്ണുങ്ങളൊക്കെ പുലർച്ചെ തന്നെ ഊറ്റുകുഴിയിൽ പോയിക്കുളിച്ചെത്തിയിരുന്നു. താവീത് വയലിനക്കരെയുള്ള കുളത്തിൽ കുളിച്ചു വന്ന് തലേന്നാൾ ചന്തയിൽ നിന്നും കോലമ്മ വാങ്ങിവച്ചിരുന്ന മിൽ മുണ്ടും കോടിത്തോർത്തുമണിഞ്ഞു കാത്തുനിന്നു. വിവാഹത്തിനു വരനും കൂട്ടരുമെത്തി. പുതിയതായി ചാണകം മെഴുകിയ ഇറയത്ത് വിരിച്ചിരുന്ന തടുക്കുകളിൽ അവർ ഇരുന്നു. തയ്യാറാക്കി വച്ചിരുന്ന വാഴയിലയിൽ ചോറും സാമ്പാറും അവിയലും തോരനും പപ്പടവുമൊക്കെ വിളമ്പി. വരനും കൂട്ടരും അതു മുഴുവനും കഴിച്ചു. അവർ കഴിക്കുന്നതും നോക്കി മണവാട്ടിയുൾപ്പെടെയുള്ളവർ പാതിയടഞ്ഞ കതകിനു പിറകിൽ നിന്നു നോക്കിക്കണ്ടു. താവീതിൽ വിരിഞ്ഞ പുഞ്ചിരി മറ്റു മുഖങ്ങളിലേക്കും പടർന്നു.

വരനും വധുവും പരസ്പരം നോക്കി കണ്ണുകൾ താഴ്ത്തി ചിരിച്ചു. ഉപാധികളില്ലാത്ത ഒരു ബന്ധം അവിടെ ജനിച്ചു. പാരസ്പര്യം ഏല്പിച്ച ഏതോ കർമ്മബന്ധങ്ങളിൽ പിന്നേയും അവർ പെട്ടു.

വരൻ കൊണ്ടുവന്ന ചെമപ്പുനിറമുള്ള പുടവയണിഞ്ഞ മകൾ വിവാഹ പാർട്ടിയോടൊപ്പം യാത്രയാകുന്നത് സന്തോഷം കൊണ്ടു നനവാർന്ന മിഴികളോടെ താവീതും ഭാര്യയും നോക്കി നിന്നു

ചെറിയ പറമ്പിൽ കൃഷി ചെയ്തെടുക്കുന്ന മരച്ചീനിയും കാച്ചിലും മൈലുകളോളം ദൂരെയുള്ള ചന്തയിൽ തലച്ചുവടെ കൊണ്ടുപോയി വില്ക്കുന്നത് കോലമ്മയായിരുന്നു. തലയിലെ ജീവിത ഭാരം നിലയ്ക്കാതെ ചുമക്കുമ്പോഴും ആ മനസ്സിൽ സ്നേഹം അവശേഷിപ്പിച്ച കടമകളുടെ നീരുറവ വറ്റാതെ ഒഴുകി.

വയിലിൽ നല്ല മത്തങ്ങ വിളഞ്ഞു കിടപ്പുണ്ട്. നാളെ അതു വില്ക്കണം.

താവീത് മുൻവശത്തെ വാതിൽ ചാരി പുറത്തേക്കിറങ്ങിയപ്പോൾ പഴയ കാലത്തെക്കുറിച്ച് ഓർത്തു. കൊച്ചുംനാളുകളിൽ ഉറങ്ങാതെ രാവുണർന്ന് വേലികെട്ടുമാറ്റി പുറത്തേക്കിറങ്ങി വഴിദൂരം താണ്ടി വല്യവീട്ടിലെ പറമ്പിന് അക്കരെ വന്നു നിന്നു. പറമ്പിനു അരികിൽ കൂടി ഒരു മൺപാതയുണ്ട്. അതുവഴി പസ്തകക്കെട്ടും ചോറ്റുപാത്രവുമായി പഠിക്കാൻ ഒരു നസ്രാണിപ്പെണ്ണ് രാവിലെ നടന്നു പോകും. അതു കാണാൻ നല്ല ചേലാണ്. അവൾ കാണാതെ കാട്ടുചെടികൾ കിടയിൽ മറപറ്റി ശ്വാസംവിടാതെ കാത്തിരിക്കും.

താവീതിൽ ഓർമ്മകൾ ചെറിയൊരു നാണം കലർന്ന പുഞ്ചിരി പടർത്തി. ഓർമ്മകളിലൂടവൻ ഊളിയിട്ടു.

നസ്രാണിപ്പെണ്ണിന്റെ കണ്ണുകൾക്കു നല്ല കറുപ്പുനിറം. ആ ഇമകൾ മിന്നുന്നത് താവീതിന്റെ ഹൃദയതുടിപ്പുകൾ തൊട്ടറിഞ്ഞു. ആ കാഴ്ച ശീലമായി. പതിവുതെറ്റാതെയുള്ള കാട്ടുപൊന്തകൾക്കിടയിലുള്ള കാത്തിരിപ്പ് സുഖദായകമായി. തന്റെ ഹൃദയത്തിനുള്ളിൽ മറ്റൊരു ഹൃദയമായി വളർന്നു. ആകർഷണീയ അങ്ങനെയാണ്. ഏതോ പൂർവ്വകാലബന്ധം പോലെ ചുറ്റിപ്പിണഞ്ഞ് മനസിൽ കയറിക്കൂടി ഇത്തിൾകണ്ണികൾ പോലെ വളർന്നു നലുതാകുന്നതറിയില്ല. പറിച്ചു മാറ്റാനാകാതെ ആത്മസ്പർശികളുടെ ഞരമ്പിലൂടെ കുത്തിയൊഴുകും. പറിച്ചു മാറ്റാൻ ശ്രമിച്ചാൽ ചോര കിനിയും. മദ്ധ്യവേനൽ അവധിക്കു സ്കൂൾ അടച്ചപ്പോഴാ ആ വേദന അനുഭവപ്പെട്ടത്. അടുത്തവർഷത്തിനായി കാത്തിരിപ്പു തീർന്നതല്ലാതെ ആ കരിമീൻമിഴിയാൾ ആ വഴി വന്നില്ല. ദുഃഖം താങ്ങാനാവാതെ താവീത് ആ മൺപാതയിൽ നീണ്ടു നിവർന്നു കിടന്നു. അനാഥത്വം അപസ്മാരം പോലെ ആത്മാവിൽ വിറകൊണ്ടു.

“ഒഴിഞ്ഞു പോകണം... എന്റെ വീതത്തിലെ ഭൂമിയാണ്. ഇനി പറച്ചിലില്ല. ഒറ്റ വെട്ടിന്...” ഓർമ്മകളിൽ നിന്നുണർന്ന താവീതു ഉറ

ഞ്ഞുതുള്ളുന്ന ചന്തുവിനെയാണു കണ്ടത്. അവന് ഒന്നും മനസ്സിലായില്ല. കുറച്ചു നേരം ആരും ഒന്നും മിണ്ടിയില്ല. കോപം ചന്തുവിന്റെ കണ്ണുകളിൽ തീ പടർത്തി.

"പൊയ്ക്കോണം..."

ദൈന്യതയാർന്ന ഒരു കരച്ചിൽ പോലെ ആ ആക്രോശം ചന്തുവിന്റെ കണ്ഠത്തിൽ നിന്നടർന്നു. താവീത് അനങ്ങാതെ തലകുമ്പിട്ടു നിന്നു. ഏറെ നേരം താവീതിനെത്തന്നെ തുറിച്ചുനോക്കി നിന്ന ചന്തു തൂമ്പയുമെടുത്തു വെട്ടുവഴിയിലൂടെ നടന്നകന്നു. സ്ഥലകാലബോധം വീണ്ടെടുത്ത താവീത് പറമ്പിൽ വിളഞ്ഞുകിടന്നിരുന്ന മത്തങ്ങ അടക്കാനാവാത്ത ദേഷത്തോടെ തണ്ടിൽ നിന്നും വേർപെടുത്തിയെടുത്തു. ദൂരെ നിന്നുമാ കാഴ്ച കണ്ട കേലമ്മയും മക്കളും എന്തു ചെയ്യണമെന്നറിയാതെ പകച്ചു. താവീതിനു കോപം കൊണ്ടു വിയർത്തു. സ്വതവേ ചുവന്ന കണ്ണുകളിൽ രക്തം ഇരച്ചു കയറി ഭീഭത്സമായി.

ആ ചെറുപറമ്പും വീടും താവീതിന്റെ അപ്പനപ്പൂപ്പന്മാരുടെ കാലം മുതലേയുള്ളതാണ്. മൺകട്ട കൊണ്ടു നിർമിച്ച വീടും പറമ്പും ആരുടേതാണെന്ന് അടുത്തയിടയാണു താവീതറിയുന്നത്. ചന്തുവിന്റെ കുടുംബവീതമാണത്ര. താവീതിന്റെ അച്ഛൻ താമസിച്ചിരുന്നപ്പോഴും ആ ഭൂമി എത്രയാണെന്ന് ആർക്കും അറിയില്ലായിരുന്നു. വെറും പറമ്പായി കിടന്ന ഭൂമിയിൽ ഏതോകാലത്ത് അപ്പനപ്പൂപ്പന്മാരിൽ ആരോ പാർക്കുവാനായി വച്ച ഓലക്കൂര. അന്ന് അതൊരു വിശാലമായ പറമ്പായിരുന്നു.

അച്ഛനായിരുന്നു വളർത്തു കോഴികളെ നരിയും ഊളനും പിടിക്കാതിരിക്കാൻ കൊന്നപ്പത്തലുകൾ കൊണ്ടു വേലി കെട്ടിയത്. പിന്നീട് അതിനകത്തായി താവീതിന്റെ കുടുംബം. ഭൂമിയുടെ അവകാശികളെന്നു പറഞ്ഞ് അന്നൊന്നും ആരും വന്നിരുന്നുമില്ല. ജന്മിമാർ ഭൂമിയുടെ പ്രമാണം വച്ച് പിരിവുകാശു വാങ്ങുമ്പോൾ ഭൂമിക്കു പുതിയ ഉടമസ്ഥർ വരും. അങ്ങിനെ പല ജന്മിമാർ മാറി മാറി വന്നു. ആദ്യകാല ജന്മിമാരുടെ ഒടുവിലത്തെ കണ്ണിയാണു ചന്തു'.

തല്ലാനും കൊല്ലാനും അധികാരമുണ്ടായിരുന്ന ജന്മിമാരാണത്രേ. എന്നാലിപ്പോൾ താവീതിനെപ്പോലെ തന്നെ കൂലിവേല ചെയ്താണ് ചന്തുവും കുടുംബം പുലർത്തുന്നത്. താവീതിന്റെ ഭൂമിക്ക് ചന്തുവിനു അവകാശം വന്നപ്പോൾ നാട്ടുകാരാരും വീടൊഴിയാൻ താവീതിനോടു പറഞ്ഞില്ല.

തെരുവോരത്തെ ചായക്കടയിലെത്തി കൈലി മടക്കിക്കുത്തി ചായയ്ക്കു പറഞ്ഞ ശേഷം നാട്ടുകാരോടായി വെല്ലുവിളിക്കും

പോലെ ചന്തു പറഞ്ഞു.

“എനിക്കറിയാം എന്തു ചെയ്യണമെന്ന്... നോക്കിക്കോ”

കേട്ടിരുന്നവരാരും മറുപടിയൊന്നും പറഞ്ഞില്ല.

ആ സംഭവത്തിനു ശേഷം താവീത് വീടുവിട്ട് പുറത്തിറങ്ങിയിട്ടില്ല. ഭീതിയും വൈരാഗ്യവും കലർന്ന നോട്ടം വീട്ടിനുള്ളിൽ കുരുങ്ങി.

പുറത്തേ വാതിൽ മിക്കപ്പോഴും അടച്ച് അകത്തു നിന്നും കുറ്റിയിട്ടിരുന്നു. സാക്ഷക്കുലുക്കത്തിൽ ഇതകി മാറി കതകു തുറക്കാതിരിക്കുവാൻ പഴുത്തുണിയും ചകിരിയും തിരുകി ബലം പിടിപ്പിച്ചു. ചന്തു കോഴിക്കുഞ്ഞിനു മുകളിൽ വട്ടമിട്ടു പറക്കുന്ന പരുന്തിനെപ്പോലെ വട്ടംചുറ്റിനടന്നു. ഒടുവിലയാൾ ഈ തീരുമാനത്തിലെത്തി.

അപ്പു വാത്തി.

അതെ അതു തന്നെയാണ് ഇതിനു പരിഹാരം. ചന്തു അപ്പുവാത്തിയുടെ മുൻപിൻ ചമ്രം പടിഞ്ഞിരുന്നു.

"സംസാരിക്കാം"

കത്തിനില്ക്കുന്ന അഗ്നിയിൽ വറപൊടിയെറിഞ്ഞ് വാത്തി ഇളം വെറ്റിലയിൽ തീയ്യതി കുറിച്ചു നൽകി. അധികകാലമിനിയുണ്ടാവില്ലവനെന്ന സന്തോഷത്തോടെ ചന്തു വാത്തിയോടു യാത്ര പറഞ്ഞിറങ്ങി.

നാളുകൾക്കു ശേഷം ഒരർദ്ധരാത്രിക്കു ശേഷം വാത്തിയുടെ പുരയിൽ കർപ്പൂരവും കുന്തിരിക്കവും ചേർന്ന പുകച്ചുരുളുകൾ ഉയർന്നു. പുകചുരുളുകൾക്ക് പൈശാചികരൂപമുണ്ടെന്നു ചന്തുവിനു തോന്നി. അടുത്തുതന്നെ നെഞ്ചിനു വട്ടം പിടിച്ച കൈകളോടെ ചന്തു അത്ഭുതത്തോടെ ചാരത്തുനിന്നും ആ കാഴ്ച നോക്കി നിന്നു. മുകളിലേക്കുയർന്നുമായുന്ന കറുത്ത പുകക്ക് താവീതിന്റെ രൂപമുണ്ടെന്നവനു തോന്നി. തലേന്നു ബലിനൽകിയ കറുത്ത പൂച്ചയുടെ തലയോട് ചാമ്പൽക്കൂനയിൽ നിന്നും അപ്പുവാത്തി തോണ്ടിയെടുത്തു. തെച്ചിപ്പൂവിനും കുങ്കുമത്തിനുമിടയിൽ വച്ച തലയോട്ടിയിൽ വീക്കാണികൊണ്ട് നൂറ്റൊന്നു പ്രാവശ്യം വാത്തി കുത്തി മുറിവേല്പിച്ചു. ചന്തു ഭയാശങ്കയോടെ കണ്ണിമ ചിമ്മാതെ തൊഴുതു നോക്കിനിന്നു.

പുരയുടെ നടുവിലെ ഹോമകുഴിയിലേക്ക് കുന്തിരിക്കം വാരിയെറിഞ്ഞ ശേഷം വാത്തി നേരത്തെ തയ്യാറാക്കി വച്ചിരുന്ന വാഴയിലയിൽ എണ്ണയൊഴിച്ച് മിനുസപ്പെടുത്തി.

ചന്തു അത്ഭുതം കണ്ടതുപോലെ പകച്ചു നിന്നു.

വാഴയിലയിലെ മെഴുക്കിൽ ആൾരൂപങ്ങൾ പിടയുന്നു. വാത്തി വാഴയില താളത്തിൽ ചലിപ്പിച്ചു. വാഴയിലയിലെ രൂപങ്ങൾ കളിപ്പാ

വകളെപ്പോലെ വാത്തിയുടെ ചലനത്തിനൊത്തിളകുന്നു.

അപ്പുവാത്തി അലറി.

തിരിച്ചറിയാനാവാത്ത ഭാഷയിൽ വാത്തി അലറി വിളിച്ചു. അതനുസരിച്ച് വാഴയിലയിലെ രൂപങ്ങൾ അപസ്മാരരോഗികളെപ്പോലെ പിടയുന്നു.

തൊഴുകൈയോടെ നിന്ന ചന്തു വാത്തിയെ ഇടങ്കണ്ണിട്ടുനോക്കി. വാത്തി ചന്തുവിനേയും. ഗൂഢമായ തൃപ്തി ഇരുവരും തിരിച്ചറിഞ്ഞു.

വാത്തി നൽകിയ പൊതിയുമായി നേരം പുലരുംമുൻപേ താവീതിന്റെ പറമ്പിലെത്തി. വീടിനോടു ചേർന്ന് കുഴിമാന്തി ചെറുപൊതി അതിനകത്തു നിക്ഷേപിച്ച് മണ്ണിട്ടു മൂടി. ചന്തു ഒന്നുമറിയാത്ത ഭാവത്തിൽ ധൃതിപിടിച്ച് അവിടെ നിന്നുമോടിപ്പോയി. താവീത് അതിരാവിലെ തന്നെ ചെറുകിഴങ്ങും കാച്ചിലും രണ്ടുമൂന്നു തേങ്ങയുമൊക്കെ തുണിയിൽ കെട്ടിപ്പൊതിഞ്ഞ് തലയിലെടുത്ത് എടലാകുടിയിലുള്ള മകളുടെ വീട്ടിലേക്കു യാത്രയായി. പുൽമേടുകൾക്കിടയിലൂടെ ചെമ്മൺപാത തിരിഞ്ഞ് കാലുകൾ നീട്ടി വലിച്ചു നടന്നു. കുറച്ചു ദൂരം പിന്നിട്ടപ്പോൾ പുറകിലൊരു കാൽപ്പെരുമാറ്റം കേട്ട് താവീതു തിരിഞ്ഞു നോക്കി.

കറുത്ത ചെറിയ രൂപങ്ങൾ... ചാപിള്ളക്കൂട്ടങ്ങൾ. അവയെക്കണ്ട താവീതിന്റെ നടത്തം തട്ടിവീഴുംപോലെയായി. ഉച്ചത്തിൽ കരയണമെന്നുണ്ടെങ്കിലും ഭയംകൊണ്ട് ശബ്ദം തൊണ്ടയിൽത്തടഞ്ഞു പുറത്തേക്കു വന്നില്ല. രണ്ടുകൈകൾ കൊണ്ടും മകൾക്കായിക്കരുതിയ സാധനങ്ങൾ വഴിയിൽ വീണു പോകാതെ ഇറുക്കിപ്പിടിച്ച് ആവുന്നത്ര വേഗതയിൽ ഓടി. സന്ധ്യയോടെ അയാൾ എടലാകുടിയിലെത്തി.

'അപ്പാ...'

താവീതിനെ കണ്ടപാടെ മകൾ പെട്ടിക്കരയും പോലെ വിളിച്ചു. താവീതു ഭയപ്പാടോടെ മകളെ നോക്കി. അവൾക്കു കരച്ചിൽ അടക്കാനായില്ല. ജന്മ പാപങ്ങളുടെ നിലക്കാത്ത ചുഴിയിൽപ്പെട്ട് താവീതിന്റെ കണ്ണുകളിൽ നിന്നു ചോരയുടെ മണമുള്ള കണ്ണുനീരൊഴുകി. കുറച്ചു നേരം അതേ നില്പുനിന്നശേഷം താവീത് സാവധാനം അവിടെ നിന്നും തിരികെ നടന്ന് പിറ്റേന്നു പുലർച്ച വീട്ടിലെത്തി. വീണ്ടുമയാളിൽ ഞടുക്കം അനുഭവപ്പെട്ടു. പുര ഒഴിഞ്ഞു കിടക്കുന്നു. അവിടെ ആരേയും കണ്ടില്ല. തളർന്നവശനായി കുറെ നേരം അവനവിടെ പാഴ്നിലത്തിരുന്നു. എത്ര നേരം ആ ഇരിപ്പ് ഇരുന്നെന്നറിയില്ല. ഒടുവിൽ ജന്മാന്തര പാപഭാണ്ഡക്കെട്ട് ഉപേക്ഷിച്ചയാൾ ഇരുൾ തിങ്ങിയ വഴിയേ നടന്നകന്നു. ഒഴിഞ്ഞ മലമുകളിൽ ധാരാളം ജീവ

നുള്ള താവീതുമാർ പെറ്റിറങ്ങി.

ചന്തുവിന്റെ ആവശ്യങ്ങൾ തീരുന്നുണ്ടായിരുന്നില്ല. അവൻ പിന്നേയും വാത്തിപ്പുരയിലെത്തി. ആ നേരം പുൽപ്പായ വിരിച്ച കട്ടിലിൽ അപ്പുവാത്തി കിടക്കുകയായിരുന്നു. അതേ കിടപ്പിൽ കിടന്നുകൊണ്ടു തന്നെ ആജ്ഞാസ്വരത്തിൻ ഒന്നു മൂളി. പുലിമടയിൽ നിന്നും പ്രതിദ്ധ്വനിക്കുന്നതുപോലുള്ള ഘോരശബ്ദം. വാത്തിയുടെ തടിച്ച രോമങ്ങളുള്ള പുരികക്കൊടി ഉയർന്നു. അകത്തേക്കു കയറാനാഞ്ഞ ചന്തു മുറ്റത്തു തന്നെ നിന്നു. അകത്തെ മുറിയിൽ എണ്ണ തേച്ച ഇലയിൽ അപ്പുവാത്തിയുടെ ഭാര്യ മോക്ഷം ലഭിക്കാതെ നിശബ്ദയായി കരഞ്ഞു.

'കൊന്നിതാ... എന്നെ ഒന്നു കൊന്നുതാ...'

അവ്യക്തമായ ആ ശബ്ദം തൊണ്ടയിൽ തടഞ്ഞു. അന്യർക്കു നൽകിയ സംഹാരം ഏറ്റുവാങ്ങും പോലെ പാതി തളർന്ന സ്ത്രീരൂപം ഏതോ ഭാഷയിൽ അബോധാവസ്ഥയിലും കരഞ്ഞു കൊണ്ടിരുന്നു.

ബോധം തെളിയുമ്പോൾ വേദന കടിച്ചമർത്തി അവർ കേണു.

3

അഗ്രഹാരത്തിലെ അകത്തളങ്ങളിലും കോലായിലുമൊക്കെ കൊച്ച് അഹല്യ ഓടിക്കളിച്ചു നടന്നു. ആ കളികൾക്കിടയിലും വളർന്ന വല്യത്താന്റെ നോട്ടം അവൾക്ക് അരോചകമായിരുന്നില്ല. ഒരു തരം വൈകാരിക ആശ്ലേഷങ്ങളും. ഒരിക്കൽ വരാന്തയിലൂടെ ഓടിപ്പോകുമ്പോൾ വല്യത്താനിൽ നിന്നും അത്തരം ഒരാശ്ലേഷണമുണ്ടായി. മെല്ലെ മുന്നോട്ടു നടന്ന് അവർ തിരിഞ്ഞു നോക്കി. ചുണ്ടിൽ നിന്നടർന്നൊലിക്കുന്ന പുഞ്ചിരിയോടെ വാല്യത്താൻ നിന്നു കിതച്ചു.

ആ കുടുമ്മ വിയർക്കുന്നുണ്ടായിരുന്നു കണ്ണുകളിൽ നിന്നും സർപ്പനാവ് നീളുന്നുണ്ടായിരുന്നു. അഹല്യക്ക് അതൊരു പുതിയ അനുഭവമായിരുന്നു. ആൺചൂരിന്റെ ദുരൂഹതകളിലേക്ക് അത്ഭുതത്തോടെയാണവൾ നോക്കിയത്. അവളുടെ ഉള്ളം മിടിച്ച് കിളുർത്തു. അയാളുടെ സുഷുപ്തിയിലേക്കു കണ്ണുകൾ പൊത്തിയവൾ നോക്കി.

അവൾ കണ്ണാടിയിലേക്കു നോക്കി. തന്റെ മുഖവും വിയർത്തിരിക്കുന്നു. കൂമ്പിയ മാറിടം എന്തെന്നില്ലാതെ പിടയ്ക്കുന്നു.

കണ്ണാടിക്കു മുന്നിൽ അഹല്യ ഇരുകരങ്ങളാലും കണ്ണുകൾ പൊത്തി. വിരലുകൾക്കിടയിലൂടെ അവൾ അവളെ തന്നെ നോക്കിക്കണ്ടു.

"ശേയ്...."

അവൾ അറിയാതെ നാണത്തിന്റെ സ്വരമയർന്നു.

അകത്തളങ്ങളിലും അടുക്കളയിലും പതിഞ്ഞ കിതയ്ക്കുന്ന പോലുള്ള ശാസനം.

"കുട്ട്യേ... ഇങ്ങനെ തിമർത്താൽ എന്താ ഗതീന്നാ.........."

കട്ടിലിന്റെ ഓരം ചേർന്നിരിക്കുന്ന വല്യമ്മ ചെറുകാറ്റുപോലെ നേർമ്മയുള്ളതായിരുന്നു. സമ്മിശ്രങ്ങളായ അനുഭവങ്ങളുടെ പാട കെട്ടിയ വല്യമ്മയുടെ ഇറുങ്ങിയ കണ്ണുകൾ അടഞ്ഞു തന്നെയിരുന്നു. അപ്പോഴും വല്യമ്മ പറഞ്ഞുകൊണ്ടിരുന്നു.

വാല്യക്കാരും പതിഞ്ഞ സ്വരത്തിൽ ഇതു തന്നെ പറഞ്ഞു.

“കുട്ട്യേ - ഇങ്ങനെ ആണുങ്ങടെ മുന്നേ...."

അഹല്യക്ക് എല്ലാം ഈ ജന്മത്തിലൂടെയുള്ള തൊട്ടറിവുകളായി

രുന്നു. രാത്രികാലങ്ങളിൽ ഉറങ്ങുവാൻ കിടക്കുമ്പോൾ ചെവിയിലെത്തുന്ന മുരൾച്ച. അഹല്യ ഇടങ്കണ്ണിലൂടെ ഇരുളിനെ മാറ്റി നോക്കി.

സർപ്പനാവ് വല്യത്താന്റെ. അതു തൊലിപ്പു ഗന്ധം നുകർന്നു സാവകാശം വളർന്നു വളർന്നു ദേഹം ആകെ മൂടുന്നു.

ഭൂമിയിൽ ഇരുൾമൂടി. അവൾക്ക് ഓക്കാനം വന്നതു താളബദ്ധമായ ചെറുനിശ്വാസങ്ങളായി പുനർജനിച്ച് പെരുമഴയായി പെയ്തൊടുങ്ങി സാവധാനം കെട്ടടങ്ങിത്തീർന്നു. ആപാദചൂടം മൂടിയിരുന്ന സർപ്പനാവ് പിൻവാങ്ങി. നെടുവീർപ്പ് കാളകൂടം പോലെ അഹല്യയുടെ ദേഹത്ത് ഇറ്റിറ്റു വീണു.

പിറ്റേ പ്രഭാതത്തിൽ ഉണർന്ന അഹല്യ ആരോടും ഒന്നും ഉരിയാടിയില്ല. കോലായിലെ പടിയിൽ കലങ്ങിയ കണ്ണുകളോടെ അവളിരുന്നു. അക്കാഴ്ച കണ്ട വാല്യക്കാരത്തി ചീരു വാക്കൈയ് പൊത്തി ദൂരെ മാറി നിന്നു വീക്ഷിച്ചു.

"ന്താ....... കുട്ട്യേ...'

അഹല്യ അതു ശ്രദ്ധിച്ചതായി ചീരുവിനു തോന്നിയില്ല.

'സാരോല്യ....'

അരുതായ്കകൾ വേലിക്കെട്ടു തകർത്ത് ചീരുവഴി അമ്മൂമ്മയുമറിഞ്ഞു. ചീരുവിന്റെ അമ്മൂമ്മ പൊടിപ്പെണ്ണിനു അന്നു വല്യ പ്രായമില്ലായിരുന്നു. ശരി തെറ്റുകളുടെ വേർതിരിവില്ലാത്ത കർമ്മം. ഇതിൽ നിന്നും ശരീരം മുക്തമാവുകയില്ല. മനസ്സ് വേണം തെറ്റുകൾക്ക് അതീതമാകുവാൻ. അതിനുള്ള വഴിയോ എല്ലാം ശരീരം അറിയണം. അത് മനസിനു അനുഭവമാകും. ആ തിരിച്ചറിവുകൾക്കുമുകളിൽ മനസ്സ് ചിറകടിച്ചു പറന്നുയരണം. മുക്തമായ ആ ആനന്ദത്തോടുള്ള യാത്രയാണ് മോക്ഷം. മനസ്സ് മോക്ഷപ്രാപ്തമായാലേ ആന്മബോധം ലഭിക്കൂ. അതാണ് പ്രകൃതിയിലേക്കുള്ള തിരിച്ചു വരവ്.

അന്നു അമ്മൂമ്മ പറഞ്ഞത് അഹല്യ ഓർത്തെടുക്കുകയായിരുന്നു.

അങ്ങുദൂരെ ആർക്കും പെട്ടെന്നു ചെന്നെത്താൻ കഴിയുന്ന മലയിടുക്കിൽ താണജാതിയിലെ ദൈവികജനനം.

ഭാരതത്തിലെ പുണ്യ ദൈവങ്ങൾ ജനിച്ചത് കീഴ്ജാതികളിലാണല്ലോ. കുഞ്ഞിനുമാതാപിതാക്കൾ പേരിട്ടത് ദൈവക്കുട്ടി എന്നാണ്. നാടുവാഴി കിങ്കരന്മാരെ വിളിച്ചു വരുത്തി അധമജാതിയിലെ ദൈവിക ജനനത്തിന്റെ പേരു മാറ്റിച്ചു. സ്വാമി മൗനമവലംബിച്ച് എതിർത്തു. നടമാടുന്ന വ്യവസ്ഥിതിക്കെതിരെ പോരാടുവാൻ സ്വാമി അനുചരന്മാരെ ഉദ്ബോധിപ്പിച്ചു.

താഴ്ന്നജാതിക്കാരായ സ്ത്രീകൾ അവർ മാറുമറയ്ക്കരുത്.

അഗ്രഹാരത്തിലെ ബ്രാഹ്മണസ്ത്രീകൾ മാറു മറയ്ക്കുന്നത് നേര്യതുകൊണ്ടാകണം. അതെപ്പോഴും നെഞ്ചിനു താഴേക്കുമാറിക്കിടക്കണം. ഇങ്ങനെയൊക്കെ മേധാവിത്വം കല്പിച്ചിരുന്നു. ഇവ്വിധ സവർണ്ണശാഠ്യങ്ങൾക്കെതിരെ ദൈവകുട്ടി വിരൽ ചൂണ്ടി. നാടുവാഴി അധികാരമുപയോഗിച്ച് ദൈവകുട്ടിയെ പിടിക്കൂടി കടുവാക്കൂട്ടിലടച്ചു. ജന്മം സുകൃതമാകയാൽ കടുവ നിസ്സാഹായമായി. തളരാത്ത ദേഹി നശിപ്പിക്കുവാനാകാതെ ദേഹം ഇല്ലായ്മ ചെയ്യുവാൻ നാടുവാഴിക്കിങ്കരന്മാരോടാജ്ഞാപിച്ചു. കിങ്കരന്മാർ നിർബ്ബന്ധിച്ചു നൽകിയ ഒതളങ്ങാനീരു കുടിച്ച് ദൈവകുട്ടി അവശനായി. ആഴക്കടലിൽ ദേഹവിയോഗിതനായ സ്വാമികളെ സമുദ്രയോഗം നടത്തി ബന്ധുക്കൾ മടങ്ങി. അമ്മ മാത്രം ശേഷിച്ചു.

അമ്മ ദൈവമാണ്.

ജീവൻ നൽകിയ ദൈവം മൂന്നാം നാൾ അമ്മയുടെ പ്രാർത്ഥനാമദ്ധ്യത്തിൽ ദൈവകുട്ടി തിരിച്ചെത്തി.

അഹല്യ ഓർമ്മകളിൽ മുഴുകി.

ചന്തയിൽ പോവുകയായിരുന്ന സ്ത്രീകളുടെ മേൽമുണ്ടു പറിച്ചറിയാനെത്തിയത് നായർ കിങ്കരന്മാരായിരുന്നു. കമ്പും പാരയുമൊക്കെയേന്തിയ അവർ ചന്തയിൽ മേൽവസ്ത്രമണിഞ്ഞെത്തിയ സ്ത്രീകളെ ഓടിച്ചിട്ട് മേൽവസ്ത്രങ്ങൾ വലിച്ചു കീറി മാറു മറക്കാത്ത പെണ്ണുങ്ങൾ വായപൊത്തി ചന്തയുടെ മൂലയിൽ ഒതുങ്ങി നിന്നു.

"അരുത് വസ്ത്രം ഉടുക്കേണ്ടതു പൗരാവകാശമാണ്. തടയരുത്."

ദേവൂട്ടിയുടെ നിർദ്ദേശമനുസരിക്കുവാൻ നായർ കിങ്കരന്മാരും സ്ത്രീകളും ബാദ്ധ്യസ്ഥരായി. ഹിന്ദു സവർണ്ണതയുടെ അമിതരതിമോഹങ്ങൾ കാരണം ക്രിസ്തുമതം സ്വീകരിച്ച സ്ത്രീകൾ, അവർ അവർണ്ണരായാലും മാറുമറയ്ക്കാമെന്ന് ബ്രിട്ടീഷ് കോടതി വിധിച്ചു. ചട്ടമില്ലെന്നു രാജാവു വാദിച്ചുനിന്നെങ്കിലും ഒടുവിൽ സനാതന ധർമ്മത്തിനു മുൻപിൻ രാജാവുതോറ്റു.

രാജാവില്ലാത്ത രാജ്യം വരും. ജോത്സ്യ പ്രവചനം ശരിയായി. പിന്നീട് രാജാവുതന്നെ ഇല്ലാതായിയെങ്കിലും ചരിത്രം കിരീടവും ചെങ്കോലുമില്ലാത്ത രാജാക്കമാരിലൂടെ ചതി ആവർത്തിക്കുന്നു

രാജാവിന്റെ വിളംബരം -

നമുക്ക് സ്വാമി പ്രിയപ്പെട്ടവൻ തന്നെ. എന്തു ചെയ്യാം പ്രജാഹിതം എതിര്. ഒരു രാജ്യത്ത് ഒരു രാജാവു മതി. പ്രജകളെ തെറ്റിദ്ധരിപ്പിച്ചുള്ള കളിവേണ്ട.

മാറിനു ഭൂഷണമായി പുതിയതായി തീർത്ത മാലയിൽ വിരലോടി

ച്ചു കൊണ്ടു അസ്വസ്ഥനായി രാജാവു മൗനിയായി. എങ്കിലും ആത്മ ഗതം ചെറിയ സ്വരത്തിൽ പുറത്തുവന്നു.

ഉള്ളുകൊണ്ടുനാം സ്വാമിയെ വണങ്ങുന്നുവെങ്കിലും നാം നിസ്സ ഹായനാണ്.

രാജനീതി നടപ്പാക്കപ്പെട്ടു. ജനഹിതം ഏതെന്നു രാജാവു തിരി ച്ചറിഞ്ഞു. സ്വാമി ജനപഥത്തിലേക്കിറങ്ങി

കീഴ്ജാതിക്കാർ രാജ്യത്തിന്റെ മുഖ്യധാരയിൽ നിന്നും നിഷ്കാ സനം ചെയ്യപ്പെട്ടു. ബ്രാഹ്മണ്യ പൗരോഹിത്യം പടിയിറക്കിയ നെറി കേടിനെതിരെ അവർ മതം മാറി പ്രതികരിച്ചു. സ്വാമികൾ ഹൈന്ദവ സനാതന ധർമ്മ ചരിത്രത്തിൻ നിന്നുംനിരാകരിക്കപ്പെട്ടു. ആനയും പുലിയുമൊക്കെ വണങ്ങിനിന്നിരുന്ന സ്വാമികളുടെ പ്രഭാവത്തെക്കു റിച്ചു തിരിച്ചറിഞ്ഞ കൊട്ടാരം സേവകൻ തിരുമുമ്പിലെത്തി ഉണർ ത്തിച്ചു.

സ്വാമികൾ ദൈവമപ്പാ...

പാപഭീതി മൂലം രോഗഗ്രസ്ഥനായ രാജാവ് മരണത്തിനു കീ ഴടങ്ങി. രാജാവില്ലാത്ത മറ്റൊരു പകൽ ഉദയഗിരിയിലുണർന്നു. അഹല്യ ഓർമ്മകളിലൂടെ സഞ്ചരിക്കുകയായിരുന്നു. അവൾ സ്വയ മെന്നോണം പറഞ്ഞു.

സ്ത്രീകൾ എപ്പോഴും അങ്ങിനെയാണ്. സ്ഥൂലമായ പ്രപഞ്ച ത്തെപ്പോലെ സ്ത്രീകളിൽ സൂക്ഷ്മമായ ഒരു പ്രപഞ്ചമുണ്ട്. മറ്റു ള്ളവരുടെ ഉള്ളറിയുവാനൊരു പ്രത്യേക കഴിവവർക്കുണ്ട്. സ്ത്രീമ നസ്സിലെ ഇരുൾ ശാന്തവും വെളിച്ചം ഊർജ്ജവുമാണ്. ആ ശാന്തി മന്ത്രമാണ് നേർപാത. അഹല്യയേയും കൂട്ടി ലോകം വളർന്നു കൊ ണ്ടിരുന്നു. ഓർമ്മകളിൽ ഒഴുകുകയായിരുന്ന അവളിൽ നിന്നും പെ ട്ടെന്നു ഒരു വിളിയുണർന്നു.

"ഗുരോ.."

ധ്യാനത്തിൽ നിന്നുമുണർന്ന ബുദ്ധൻ അഹല്യയെ നോക്കി. അഹല്യയുടെ മനോസഞ്ചാരം മനസിലാക്കായ ബുദ്ധനും ഓർമി ച്ചെടുക്കുകയായിരുന്നു. തന്റെ ബാല്യവും ഏതാണ്ട് ഇങ്ങനെയൊ ക്കെ തന്നെയായിരുന്നുവല്ലോ. വലിയ വീടിന്റെ മച്ചറ നിറയേ പു സ്തകങ്ങൾ പല ഭാഗങ്ങളിലായി വരിവരിയായി അടുക്കി വച്ചി രുന്നു. നവയുഗം, സൗന്ദര്യലഹരി, ലീലാതിലകം, അമ്മ, കുറ്റവും ശിക്ഷയും, പാവങ്ങൾ, റാഫേൽ ഫോക്സ്... അങ്ങനങ്ങിനെ കു ഞ്ഞുബുദ്ധൻ ശങ്കരാചാര്യരും ടോൾസ്റ്റോയിയും ടാഗോറുമായുമൊ ക്കെ ചങ്ങാത്തം പിടിച്ചു. പുസ്തകങ്ങൾ ഒരുക്കിയ വിശാലതയി ലൂടെ നടന്നു പുതിയ ലോകത്തിലെത്തിയ ബുദ്ധൻ പടംപൊഴിച്ച നാ

ഗത്തെപ്പോലെ, ഇരുളിൽ കൊളുത്തിയ തിരിനാളം പോലെ നവീകരിക്കപ്പെടുകയായിരുന്നു. അന്യരുടെ ദുരിത പൂർണ്ണമായ ജീവിതവും അതിന്റെ അർത്ഥശൂന്യതയും ബുദ്ധനെ അമ്പരപ്പിച്ചു.

മാറണം, ഇതൊക്കെ മാറ്റണം. പരമമായ സൃഷ്ടി തുല്യതയുള്ളതായിരിക്കണം. വീട്ടുമുറ്റത്തെ ഇലവുമരച്ചോട്ടിൽ വെള്ളാരം കല്ലുകൾ കൂട്ടി വച്ച് ചുവന്ന പട്ടുവിരിച്ച് ശുദ്ധിയും വൃത്തിയും സൂക്ഷിച്ച് കത്തിച്ച കെടാദീപം നോക്കി കാപട്യലോകത്തിന്റെ മിഥ്യതകാരണം ചിരിക്കാൻ മറന്നുപോയ ചിറ്റമ്മ ചോദിച്ചു.

"ഇതെന്താ... എന്തിനാ ഇവിടെ അടുപ്പ്?"

"അടുപ്പല്ല ഇതു മരിച്ചവരുടെ അത്മാക്കളാണ്." ആത്മാക്കൾ ചിറ്റമ്മയേ നോക്കി ചിരിച്ചു. ചിറ്റമ്മയെ അടുത്തുള്ള ഭ്രാന്താശുപത്രിയിലേക്കു കൊണ്ടുപോകുമ്പോൾ ടാക്സിക്കാറിലുണ്ടായിരുന്ന ക്രിസ്തുവിന്റെ പടവും അതിനു മുന്നിൽ കത്തിച്ചിരുന്ന ചന്ദനത്തിരിയും ചിറ്റമ്മക്കിഷ്ടമായി. പുനർജനിയുടെ കെട്ടുപാടുകളിൽ നിന്നും മോചിതയാകാനാകാതെ ചിറ്റമ്മയും മറ്റൊരു വെള്ളാരംകല്ലായി മാറി.

ബുദ്ധൻ ഓർത്തു.

കുട്ടിക്കാലത്ത് മാതാപിതാക്കൾ ഇട്ട പേരിനോട് അതൃപ്തിതോന്നി അന്നു നിഷേധിച്ചിരുന്നു. രാത്രി ഉറങ്ങാൻ കിടന്ന അച്ഛന് സ്വപ്നദർശനമുണ്ടായി. കാഷായവസ്ത്രധാരിയായ ഒരു സംന്യാസി വന്ന് അച്ഛനോടു പറഞ്ഞത്രേ നിന്റെ മകന് ബുദ്ധനെന്നു പേരിടണമെന്ന്. പിറ്റേ പ്രഭാതത്തിൽ ശബ്ദതാരാവലി തിരഞ്ഞ അച്ഛൻ ബുദ്ധന്റെ അർത്ഥം കണ്ടെത്തി.

ബുദ്ധൻ - വളരും തോറും ബുദ്ധന്റെ കണ്ണുകളിൽ ഒരു പ്രത്യേക പ്രകാശം ഒളിമിന്നിത്തുടങ്ങിയിരുന്നു. സൗമ്യഭാവമായിരുന്നു. ഒരു തരം ദൈവസാമീപ്യം വിളിച്ചോതുന്ന പ്രകൃതം. ഏകാന്തതയിൽ ആ മനം ഉരുകി. ശാന്തമായിരുന്നു ഭാവമെങ്കിലും ഉള്ളിൽ തിളച്ചുമറിയുന്ന ലാവാപ്രവാഹത്തിന്റെ അഗ്നിജ്ജ്വലനമായിരുന്നു. 'ദുരിതം ശിക്ഷയാണ്, കഷ്ടത കർമ്മഫലവും. എല്ലാം ത്യജിക്കണം, എന്നാലേ മനസ്സു ശാന്തമാകൂ...' ആ വഴിയേ ബുദ്ധൻ നടന്നുതുടങ്ങി. മനസിലെ ഭാണ്ഡക്കെട്ട് ഉപേക്ഷിച്ച് നഗ്നപാദനായി അന്വേഷണത്ത്വരയോടെ നടന്നു.

ദുരിതമയമാണ് എവിടേയും കാണാനായത്. സന്തോഷം വല്ലപ്പോഴും സംഭവിച്ചെങ്കിലായി. ചിലർക്കതു നീലകുറിഞ്ഞിപോലെ നീണ്ട കാലയളവിനുശേഷവും. ആത്യന്തികമായി ആനന്ദം എന്നൊന്നില്ല. കുന്നും താഴ്‌വാരവും പോലെ ദുഃഖവും സന്തോഷവും. ഇരുളും വെളിച്ചവും പോലെ സത്യത്തിനുള്ളിലെ മിഥ്യ.

ദീർഘമായ മൗനം ബുദ്ധനപ്പോൾ മനുഷ്യയുഗത്തെ ഉള്ളിൽ ആവാഹിക്കുകയായിരുന്നോ... അതോ പോയകാലത്തെ ഓർമ്മയിൽ തിരയുകയായിരുന്നോ?

പുലരിയിൽ വയൽവരമ്പിലൂടെ നിശബ്ദരായി നടന്നിരുന്ന ഇരുപതോളം ആളുകൾ അടങ്ങുന്ന ചെറുസംഘം. എല്ലാവരിലും ഖിന്നത മുഖമുദ്രയായിരുന്നു. വയൽ കടന്ന് അക്കരയെത്തിയ ചിലരുടെ കൈകളിൽ കരുതിയിരുന്ന നീണ്ട കോലുകൾ കൊണ്ടുംകാലുകൾ കൊണ്ടുമൊക്കെ പരതി.

എവിടേയും കാണ്മാനില്ല...

തലേന്നു ചേക്കേറാൻ എത്താത്ത സ്വർണ്ണപ്പിടക്കോഴിയെ തിരക്കിയുള്ള യാത്രയിൽ എല്ലാവരും വിഷമിച്ചു. എത്ര ശ്രമിച്ചിട്ടും സ്വർണ്ണക്കുക്കുടത്തെ കണ്ടെത്തനായില്ല. അതിന്റെ കർമ്മവിമുഖത സൃഷ്ടിച്ച ദുഃഖം.

ഓർമ്മയിൽ നിന്നുണർന്ന ബുദ്ധനിൽ ഒരു പുഞ്ചിരി വിടർന്നു.

മനുഷ്യരെപ്പോലെ ജീവജാലങ്ങളയും കൂടെ കൂട്ടിയിരുന്നു ഒരു കാലത്ത്. അവരും മനുഷ്യരും ഒരുപോലെ ലോകംപങ്കിട്ട് ജീവിച്ചിരുന്നു.

കാലം മാറി.

പിന്നെയും പിന്നെയും മാറി.

4

പ്രഭാതസൂര്യൻ ഉദിച്ചുയർന്നിട്ടേറെ നേരമായില്ല. ഉമ്മറത്തിരുന്ന രാഘവനിൽ പ്രൗഢഭാവമായിരുന്നു. പ്രഭാത ഭക്ഷണം കഴിക്കുന്ന തിനിടയിൽ രാഘവൻ ഭാര്യയെ വിളിച്ചു.

"ചെല്ലം..."

രാഘവൻ ഭാര്യയെ അങ്ങിനെയാണു വിളിക്കുന്നത്. വിളികേൾക്കുന്ന മട്ടിൽ ഭാര്യ ചെല്ലമ്മ രാഘവനെ ഒന്നു നോക്കി.

ജന്മാവകാശമായി ധാരാളം ഭൂമിയുണ്ടെങ്കിലും രാഘവനും ബന്ധുക്കളും ജന്മികളായില്ല. അവരെക്കാൾ വളരെക്കുറച്ചു മാത്രം ഭൂമിയുള്ളവരെ ആളുകൾ ജന്മിമാരെന്നു വിളിച്ചിരുന്നു. രാഘവന്റെ വിളിയുടെ അർത്ഥം മനസിലാക്കിയ ചെല്ലമ്മ തിണ്ണയുടെ മൂലയിൽ കരുതിവച്ചിരുന്ന നെല്ലും ചെറുകിഴങ്ങുമൊക്കെ എടുത്തുകൊണ്ട് അടുക്കള ഭാഗത്തേക്ക് പോയി. രാഘവനിൽ ഓർമ്മകൾ തളിരിട്ടു.

നാട്ടിൽ സ്വാതന്ത്ര്യത്തിനുവേണ്ടി ആൾക്കൂട്ടമുണ്ടാകുന്നു. രാഘവൻ അടുത്തിരുന്നവരോടായി പറഞ്ഞു. രാഘവനും കുറുപ്പനും മറ്റു മൂന്നുനാലുപേരുംകൂടി തെങ്ങിൻ ചുവട്ടിലിരുന്നു സംസാരിക്കുകയായിരുന്നു. രാഘവൻ സ്വർണ്ണക്കരയുള്ള നേര്യതു കൊണ്ട് തലയിൽ വട്ടം ചുറ്റിക്കെട്ടിയിരുന്നു.

ദൂരേ നിന്നും ഓടയെത്തിയ കോര കിതപ്പടക്കാൻ പ്രയാസപ്പെട്ടു കൊണ്ടു പകുതി വിഴുങ്ങിയുമല്ലാതെയുമായിപ്പറഞ്ഞു.

"പട്ടാളം വെടിവയ്ക്കാൻ വരുന്നു..."

കോരുവിന്റെ നിലവിളി പോലെയുള്ള വിളിച്ചു പറച്ചിൽ കേട്ട പാടെ രാഘവനും സംഘവും താഴേത്തൊടിയിലേക്കെടുത്തുചാടി ഓട്ടംതുടങ്ങി. നിർത്തില്ലാതവർ ഓടി പട്ടണത്തിലെത്തി. ടൗൺ നിറയെ കുതിരപ്പട്ടാളം... ബ്യൂഗിൾ വിളികൾ, ആകെ ബഹളം. സംഘടനാ കോൺഗ്രസ് നേതാവിനെ പോലീസ് അറസ്റ്റു ചെയ്തു. പിൻഗാമിയെ തിരയുകയാണ് കുതിരപ്പട്ടാളം. ഈ നേരത്തും കോരു രാഘവന്റെ ചെവിയിൽ പിന്നേയും പറഞ്ഞു.

"വിടരുത്..."

അവിടെ പട്ടാളവണ്ടി കത്തിക്കുന്നു.

ആകെ ബഹളമായി. പട്ടാളവണ്ടിയിൽനിന്നും ഇറങ്ങിയോടിയ

സർക്കിൾ ഇൻസ്പെക്ടർ രാമൻപിള്ള അതുവഴിവന്ന ബസ്സിൽ നേതാവുമായി സ്ഥലംവിട്ടു. ബ്രിട്ടിഷ് പട്ടാളമേധാവി വാട്കീസ് ബ്യൂഗിൾ മുഴക്കി. അവിടെ നിശബ്ദത പടർന്നു. കൈനിറയെ കരിങ്കൽ ചീളുമായി ഓടിയടുത്ത രാഘവൻ വാട്കീസിനു നേരെ ഉന്നം പിടിച്ചു ആകുന്നത്ര ശക്തിയിൽ എറിഞ്ഞു. ആദ്യ ഏറിൽ വാട്കീസിന്റെ തൊപ്പി തലയിൽ നിന്നു തെറിച്ചു. രണ്ടാമത്തെ കല്ല് പാട്കീസിന്റെ മുന്നിലൂടെ കുതിരയുടെ കണ്ണിൽ കൊണ്ടു കുതിര നിയന്ത്രണം വിട്ട് ഓടി.

'ഫയർ...' ഇടി മുഴങ്ങുന്ന ശബ്ദത്തിലത് മുഴങ്ങിയതിനൊപ്പം തുരുതുരാ ഏഴുറൗണ്ട് വെടി പൊട്ടി. രാഘവന്റെ മാറുതുളച്ച് വെടിയുണ്ടകൾ ചീറിപ്പാഞ്ഞു.

"കോരൂ..."

ആശുപത്രിയിൽ ബ്രിട്ടീഷ് പട്ടാളത്തിനു നടുവിൽ രക്തം വാർന്നു കിടന്ന രാഘവൻ മുരളിച്ച പോലെ തളർന്ന സ്വരത്തിൽ പറഞ്ഞു.

"വീട് നോക്കണം."

രാഘവനിൽ നിന്നും രണ്ടുമൂന്നു നിശ്വാസങ്ങൾ ഉയർന്നു താണു. സ്വാത്രന്ത്ര്യ സമരചരിത്രത്തിൽ കേരളക്കരയിലെ ആദ്യത്തെ രക്തസാക്ഷി പിറന്നു.

വട്ടിയൂർക്കാവ് സമരപോരാട്ടക്കാരുടെ മൃതദേഹങ്ങൾ രാഘവന്റെ ജഡത്തിനോടൊപ്പം ശംഖുമുഖത്തു കൊണ്ടുവന്നു കൂട്ടത്തോടെ കത്തിച്ചു.

കേരു പട്ടാളക്കാർക്കു പിൻപേ ഓടി രാഘവന്റെ മൃതദേഹത്തിനായി. ആചാരം അനുസരിച്ച് ബന്ധുജനങ്ങൾക്കു കാണുവാനും ആത്മമോക്ഷത്തിനു ബലിയിടാനും. പട്ടാളം കോരുവിനെ തടഞ്ഞു. അവൻ അലറി. പട്ടാളവും കോരുവും കണ്ണിൽ കണ്ണിൽ നോക്കിനിന്നു. സന്ധ്യയോടടത്തു. എവിടേയും ഇരുട്ടുപരന്നപ്പോൾ മൃതദേഹമില്ലാതെ കോരു നാട്ടിലേക്കു മടങ്ങി.

രാഘവന്റെ ഓർമ്മകൾ നിലക്കാത്ത കണ്ണുനീരിലൊതുങ്ങി. ചരിത്രവിസ്മൃതിയുടെ പിന്നാംപുറങ്ങളിലെവിടെയോ ഒരു ബിന്ദുവായി.

ലോകത്തെ ശ്രേഷ്ഠ സാംസ്കാരിക സമ്പന്നർ ഗ്രീക്കുകാരായിരുന്നു. ക്രിസ്തുവിന്റെ ആരോഹണത്തോടെ ഗ്രീസിൽ സങ്കര സംസ്കാരമായി. അതുപോലെ തന്നെയാണ് കേരളത്തിലെ പിന്നോക്കക്കാർക്കുമുണ്ടായത്. പ്രീ ക്രിസ്ത്യൻ കാലത്തെ സോക്രട്ടീസും സയോജനീസും അലക്സാൻഡറും ലിയോണിഡസും ഉണ്ടെങ്കിലും ഗ്രീസ് മാറിയതു പോലെ കേരളവും ജാതിയിൽ തെന്നിവീണു. സവർണ്ണ - സെമിസ്റ്റിക്ക് വക്രബുദ്ധിയുടെ ചരിത്രകുത്തിത്തിരുപ്പുകളിൽ

വക്രീകരിക്കപ്പെട്ടു.

പൗരോഹിത്യം അടിച്ചേൽപ്പിച്ച ജാതി വ്യവസ്ഥ. കഥയും ചരിത്രവും പിന്നേയും വഴി മാറി.

താഴ്ന്നജാതിക്കാരായി വേർപിരിക്കപ്പെട്ടവരുടെ ഭൂമിയായിരുന്നു കേരളം. അതുപിടിച്ചു പറിക്കപ്പെട്ടു. ചരിത്രം കഥകളിൽ മാത്രമായി. പുത്തൻ കേരളം പുതു മനസുകളിൽ കുത്തിത്തിരുകപ്പെട്ടു.

കേരളീയസ്ത്രീകളുടെ ആത്മാഭിമാനത്തിന്റെ പ്രതീകമായിരുന്ന ഉണ്ണിയാർച്ചയെ അപഥ സഞ്ചാരിണിയാക്കി മുദ്രകുത്തുവാൻ എം ടി വാസുദേവൻനായർക്കും ഹരിഹരനും കാശെണ്ണി കൊടുത്തത് പി വി ഗംഗാധരൻ എന്ന തീയനും ആണത്രെ.

ചതി അറിയാത്ത പിള്ളാർക്ക് ഉണ്ണിയാർച്ച വഞ്ചനക്കാരി.

ജാതിവിവേചനം ഇല്ലാതിരുന്ന കേരളത്തിൽ രാജാക്കന്മാരെ വിദ്യ പഠിപ്പിക്കുവാൻ വന്ന ബ്രാഹ്മണർ അതു നടപ്പാക്കി. ബ്രാഹ്മണരും അവരുടെ അടിമകളായവരും ഒരു ചേരിയിലും എതിർത്തവർ മറുചേരിയിലുമായി കേരളം വിഭജിക്കപ്പെട്ടു. പുലങ്ങളിൽ ജീവിച്ചിരുന്ന ആളുകളിൽ നിന്നും പുലങ്ങൾ പിടിച്ചെടുത്ത് അവരെ പുലയരാക്കി അകറ്റി നിർത്തി. അവരുടെ ഭൂമി കവർന്നെടുത്തു. മലകളുടെ അധിപരായിരുന്നവരിൽനിന്നും അതുപിടിച്ചെടുത്തു അവരെ പറയർ ആക്കി ആട്ടി അകത്തി.

ബൗദ്ധ-ജൈന പാരമ്പര്യമുണ്ടായിരുന്ന ഈഴവ മുന്നേറ്റം ബ്രാഹ്മണ പൗരോഹിത്യ സംസ്കാരങ്ങളിൽ നിന്നും തെന്നിമാറി നിന്നു.

ഉണ്ണിയാർച്ചയിലൂടെ, ഇട്ടി അച്ചുതൽ വൈദ്യരിലൂടെ, ചേകവരണകീർത്തി വളർന്നു വളർന്നെത്തിനിന്നത് ശ്രീനാരായണഗുരുദേവനിലാണ്.

ചാതുർവർണ്യ വ്യവസ്ഥ മുഖ്യധാരയിൽനിന്നും അകറ്റി നിർത്തപ്പെട്ടു. മാർത്താണ്ഡവർമ്മ സമ്പത്തിന്റെ ആസ്ഥാനങ്ങളായിരുന്ന ഈഴവരുടെ ക്ഷേത്രങ്ങളും കളരികളും രാജകീയ വിളമ്പരത്തിലൂടെ പിടിച്ചെടുത്തു. വൈകുണ്ഠസ്വാമികൾക്കു നേരിടേണ്ടിവന്ന ദുരനുഭവം നാരായണഗുരുദേവന് ഉണ്ടാകാതിരുന്നത് മെക്കാളാസായ്പിന്റെ നവോത്ഥാനം കൊണ്ടാണ്. ഹോയ് ഹോയ് വിളിച്ച് വഴി മാറി നടക്കാൻ പറഞ്ഞ എളമര കൈമളേയും മാങ്കോയിക്കൽ കൊച്ചുകുറുപ്പിനേയും കാലിൽ തൂക്കി കായലിൻ വലിച്ചെറിഞ്ഞ ആറാട്ടുപുഴ വേലയുധപണിക്കരും ചരിത്രത്തിലില്ല. പകരം മാർത്താണ്ഡവർമ്മയും സ്വാതിതിരുനാളും ബാബറും അക്ബറും ഔറംഗസീബുമൊക്കെ ചരിത്ര പുരുഷന്മാരായി.

ആലുംമൂട്ടിൽ ചാന്നാരുടെ കൈയ്യിൽനിന്നും കടം വാങ്ങി

രാജാവ് രാജ്യം ഭരിച്ചു. ഇന്ന് ഈ ചരിത്രമല്ലാം സവർണ്ണ കോളാമ്പിയിലെ ജീവനുള്ള അവശേഷിപ്പുകളായി സ്മൃതിയിലേക്ക് ഒഴിച്ചുകളഞ്ഞു.

ശിബിരത്തിൽ മുക്കാൽ പങ്കാളുകളും ധ്യാനത്തിലായിരുന്നെങ്കിലും ബുദ്ധന്റെ ചിന്ത ടെലിപ്പതിപോലെ അവരിലേക്കു സംവേതനം ചെയ്തു കൊണ്ടിരുന്നു.

ബുദ്ധൻ ഓർത്തു.

മതവും സംസ്കാരവും അങ്ങിനെയാണ്. ഒന്നിനുമേൽ മറ്റൊന്നു വീണ് ആദ്യത്തെത് ഇലയഴുകും പോലെ അഴുകിയില്ലാതാകും. ഹിന്ദുവിലെ തന്നെ താഴ്ന്നജാതിയെന്നു മുദ്രകുത്തപ്പെട്ടവർ മറ്റൊരു മതമായ ക്രിസ്തുമതത്തിൽ ചേർന്നതും ഭൗതിക നിലനില്പിനായിരുന്നുവല്ലോ. ഉൾക്കൊള്ളാനാകാത്ത ആത്മീയതയ്ക്കു പകരം ഭൗതികതയിൽ അഭയം തേടി. കൃഷ്ണനെക്കാളും കൂടുതൽ ആകർഷകമായി ക്രിസ്തുവിന്റെ ഭാഷ്യം തോന്നിയതിനാലാകാം. കൃഷ്ണന്റേത് കർമ്മവൈവിദ്ധ്യങ്ങളിലൂടെയുള്ള മോക്ഷ ദർശനവും ക്രിസ്തുവിന്റേത് കുഞ്ഞാടിന്റെ പരിശുദ്ധിയും കാരുണ്യവും അതായി സാധാരണക്കാരന്റെ ദൈവം.

രണ്ടും രണ്ടാണ്. എല്ലാ മതങ്ങളും വിഭിന്നമാണ്. ഇതിലും വ്യത്യസ്ഥമാണ് ഇസ്ലാം. മറ്റു മതങ്ങളിൽ നിന്നൊക്കെ ഒരു പാടു ഭിന്നമാണ്. കുടുംബബന്ധങ്ങളുടെ ഊഷ്മളതയില്ല, പരസ്പര സ്നേഹം പോലും ഭൗതീക തൃപ്തിക്ക്. മതങ്ങളെല്ലാം വിഭിന്നമാണ്. വിശ്വാസികളും വിഭിന്നർ. കച്ചവടമാണ് മുസ്ലിം സംസ്കാരം. വിശ്വാസികളുടെ കച്ചവടതാല്പര്യത്തിനായി ഇസ്ലാം മതരീതികൾ വാർത്തെടുത്തു.

ബുദ്ധൻ പിന്നേയും ഗതകാലസ്മൃതികളിലേക്കു സഞ്ചരിച്ചു.

അമ്മയുടെ വീട്ടുകാർ പാരമ്പര്യ ഹിന്ദുക്കളായിരുന്നു. ക്രിസ്തുമതം അന്നു കേരളത്തിൽ അങ്ങിങ്ങു വേരോടിയിരുന്നു. പ്രത്യേകിച്ച് വടക്കൻ കേരളത്തിൽ കൂടുതൽ കരുത്താർജ്ജിച്ചിരുന്നു. തെക്കൻ കേരളത്തിൽ മിഷനറിമാർ അവരുടെ മാജിക്കൽ സുവിവിശേഷ പ്രചരണം അക്ഷീണം തുടർന്നിരുന്നു.

ബുദ്ധവിഹാരങ്ങൾ ക്രിസ്ത്യൻ പള്ളികളായിമാറ്റപ്പെട്ടു. അവിടങ്ങളിലൊക്കെ ഹോളി ഗോഡ് സ്ഥാപിക്കപ്പെട്ടു. കുട്ടികളെ എഴുത്തിനിരുത്തി. ഹോളിഗോഡ് എന്ന് കുട്ടികൾ ആംഗലേയഭാഷയിൽ എഴുതിപഠിച്ചു. മാതാപിതാക്കൾക്ക് ആ ഭാഷ കൗതുകമായി.

"ഹോളി ഗോഡ്"

മിഷനറിമാർ നിർമ്മിച്ച ഓലപ്പുരകളിലിരുന്ന് അവർ ചുണ്ടനക്കിയെങ്കിലും ഉള്ളിൽ ഉച്ചാരണാപഹർഷതയാൽ 'വോളിയോട്

പറഞ്ഞു ഗ്രാമക്കവലയിൽ ആ ശബ്ദം അടിമത്വഭീതിയോടെ അലയടിച്ചു.

അമ്മയുടെ കാരണവരായ എനവറ കൈത്തറിമുണ്ടിന്റെ വിറ്റുവരവ് ശേഖരിക്കുവാൻ ദൂരദേശത്തെ വീട്ടുപുരയ്ക്കരുകിൽ കാത്തുനിന്നു. ആ വീടിനകത്ത് അപ്പോഴൊരു പ്രാർത്ഥനായോഗം നടക്കുകയായിരുന്നു. രണ്ടു പേർ ചേർന്ന് ക്രിസ്തുവിന്റെ അത്ഭുതങ്ങൾ വാഴ്ത്തുകയാണ്. ഒരാൾ പറയുന്നത മറ്റേയാൾ ഉച്ചത്തിൽ ഏറ്റുപറയുന്നു. അതു കേട്ട് കാഴ്ചക്കാർ നിർനിമേഷരായിരിക്കുന്നു ആംഗലേയ ഭാഷ്യം പരിഭാഷ ചെയ്യുന്ന പ്രതീകം പോലെ വിഢിത്തം മറച്ചുവച്ച് അവരത് ഉച്ചത്തിൽ ആവർത്തിച്ചു. അഴിഞ്ഞു വീഴാറയ കാൽസറായിയിലെ പിടുത്തം വിടാതെ പ്രാസംഗികർ ഉറക്കെയുറക്കെ വിളിച്ചു പറഞ്ഞു കൊണ്ടിരുന്നു

"യല്ലേലൂയാ"

ശ്രോതാക്കൾ നിലവിളി പോലെ ഒരേ സ്വരത്തിൽ പറഞ്ഞു.

"യലേലൂ യാ"

ആ വാക്കുകൾ അയാൾക്കു ഭ്രമമായി. ആകാശത്തിനും മുകളിലുള്ള ഏതോ ലോകത്തു നിന്നും ഒരു കുളിർകാറ്റു പോലെ അയാളെ തഴുകി. എനവറ മനസിലതാവർത്തിച്ചു.

'യല്ലേലൂയാ."

അന്നു രാത്രി വീട്ടിൽ തിരിച്ചെത്തിയ അദ്ദേഹത്തിനു ഉറങ്ങുവാനായില്ല, ഉള്ളിലിരുന്ന് യല്ലേലൂയാ ചുരമാന്തി,

പിന്നേയും നെയ്ത്തു തുണിയുടെ വില വസൂലാക്കുവാൻ ആ പള്ളിപ്പുര വഴി എനവറ പോയപ്പോഴെല്ലാം മിശിഹായുടെ ദൈവം തന്നിൽ നിറയുന്നതുപോലെയയാൾക്കനുഭവപ്പെട്ടു. എനവറയുടെ മനസ്സ് അസ്വസ്ഥമായി. ഇത്രയും നാൾ തനിക്കു ദൈവമില്ലായിരുന്നോ... ഇപ്പോൾ ഈ ദൈവം എങ്ങിനെ മനസിൽ കൂടിയേറി. മനസുമാറി അത്രയുമേ അറിയൂ. ആരോ അതു മാറ്റി. അതാരെന്നറിയത്തില്ല. ദൈവമോ? മനുഷ്യനോ? ഒരു ദിവസം വീട്ടിലെത്തിയത്. കുരിശിന്റെ വഴി ചുമന്നുകൊണ്ടാണ്.

വീട്ടുകാരൊക്കെ എതിർത്തു, വൗദ്ധ്യന്റെ പത്തു മക്കളിൽ ഇളയവനാണ് എനവറ. എനവറ എതിർത്തൊന്നും സംസാരിച്ചില്ലന്നു മാത്രമല്ല പുരയിടത്തിന്റെ കിഴക്കുവശത്തായി കുറുകെ ഒരു മുളങ്കമ്പും അതിൽ കുറുകെ മറ്റൊരു മുളങ്കമ്പും കെട്ടി കുരിശു സ്ഥാപിച്ചു. അവിടെ വെറും തറയിലിരുന്ന് മുകളിലേക്കും നോക്കി മിഴികൾ തുറന്ന് ദൈവത്തെ കണ്ടു, അയഞ്ഞ നീണ്ട കുപ്പായമിട്ട് തന്നെ ചേർത്തു പിടിക്കുന്ന ദൈവത്തെ.

എനവറ കരഞ്ഞു. ദൈവം ചിരിച്ചു.

അതിനുശേഷം എനവറയേ ആരും കണ്ടിട്ടില്ല. എനവറ ഇട്ടേച്ചു പോയ ക്രിസ്തുവിന്റെ വഴിയേ തന്നെ അയാളുടെ മക്കളും പേരക്കുട്ടികളും സഞ്ചരിച്ചു.

ആചാരങ്ങൾ വിഭിന്നമെങ്കിലും നാട്ടിലെ മനുഷ്യരുടെ ആവശ്യങ്ങളെല്ലാം ഒന്നു പോലെയാണ്. അവരുടെ അനിഷ്ടങ്ങൾക്കുമുണ്ട് അതേ തത്വം. എല്ലാം ദൈവസങ്കല്പങ്ങളാണ് ശിലാരൂപികളും കളിമൺരൂപികളുമായ ദൈവങ്ങൾക്കു മുന്നിൽ ജീവനുള്ള മനുഷ്യർ തങ്ങളുടെ അഭിഷ്ട പൂർത്തീകരണത്തിനായി, ദുഃഖനിവാരണത്തിനായി തൊഴുതു നില്ക്കുന്നു. പണവും പണ്ടങ്ങളും സുഖദുഃഖങ്ങളും തിരിച്ചറിയാത്ത ശിലാരൂപങ്ങൾ പകച്ചു നില്കുന്നു.

ഓത്തുപള്ളിയിലെ പാമ്പിനെക്കണ്ട് ഖത്തിവ് പേടിച്ച് അലറിവിളിച്ച് പള്ളിയങ്കണം വിട്ടയാൾ അയ്യോ പാമ്പ് കൊല്ലതിനെ എന്നാക്രോശിച്ച് പുറത്തേക്കോടി. ആൾക്കാർ ചുറ്റിലും ഓടിക്കൂടി.

ആൾക്കൂട്ടത്തിനിടയിൽ നിന്നാരോ ഉച്ചത്തിൽ വിളിച്ചു പറയുന്നതു കേട്ടു. പാമ്പിനെ കൊന്നാൻ സർപ്പശാപം... തലമുറകളോളം നില്ക്കുമാശാപം.

നിരീശരവാദിയായ അയ്യപ്പൻ കാണിയാണ് ആണ് ആദ്യമടിച്ചതും പക്ഷേ പാമ്പിഴഞ്ഞു മാറി ഒളിച്ചു. അയാൾ സർപ്പക്കാവു വെട്ടി നിരത്തിയാണു വീടു പണിതത്. അയാളുടെ അഭിപ്രായം എല്ലാത്തിനും യുക്തിയുണ്ട്. പ്രകൃതിക്കുമുണ്ട് യുക്തി. അതിനപ്പുറം എല്ലാം വ്യാജമാണ്. ഏതു ജീവജാലമാണേലും പ്രകൃതിക്കുമേലെ പറക്കരുത്. അതു മനുഷ്യനായാലും. പാമ്പു കടിച്ചാൽ മനുഷ്യൻ ചാകും. വാസസ്ഥലത്തെ പാമ്പിനെ കൊല്ലണം. അയ്യപ്പൻ കാണിക്ക് ദൈവോമില്ല മതവുമില്ല. വർഷങ്ങൾ കഴിഞ്ഞപ്പോൾ അയ്യപ്പൻ കാണിയും ഭാര്യയും മാത്രമായി ആ വീട്ടിൽ അവരുടെ ആൺമക്കൾ മൂന്നു പേരും പലവിധ അസുഖങ്ങളാൽ പലപ്പോഴായി മരിച്ചു. അപ്പോഴും നാട്ടുകാർ പറഞ്ഞു സർപ്പ കോപാ.

ജ്വരം വന്ന് ആശുപത്രിയില് മരിക്കുന്നവരൊക്കെ സർപ്പകോപക്കാരാണോ? സംശയങ്ങൾ പാമ്പായി അയ്യപ്പൻ കാണിയുടെ മനസിൽ ഇഴത്തു നടന്നു അയാളുടെ ഭാര്യ വിധിയേ പഴിച്ച് ആ വീട്ടിലെ നിലത്ത് വെറും പായയിൽ തണുപ്പിൽ കിടന്നു.

പാമ്പു പിന്നേയും ഇഴഞ്ഞിറങ്ങി. ഖത്തിവ് വീണ്ടും അലറി വിളിച്ചു.

പാമ്പ്... പാമ്പ്...

ആൾക്കൂട്ടത്തിനിടയിൽ നിന്നാരോ മധ്യസ്ഥത പോലെ പറഞ്ഞു.

"ലാപള്ളിലെ പാസ്റ്ററോട്ടു ചോദിക്കാം പാമ്പിനെ കൊല്ലാവോന്ന്"
മദ്ധ്യസ്ഥന്റെ ഇടപെടൽ പാമ്പുഘാതകർക്കത് ഇഷ്ടപ്പെട്ടു
"ങേ... പാമ്പോ..."

പാസ്റ്റർ പേടിച്ചു. നമ്മുടെ സഭക്കു പാമ്പില്ല. എന്നാല് കത്തോലിക്കർക്ക് പാമ്പുണ്ട്. മനുഷ്യനെ പാപത്തിന്റെ കനി ഭക്ഷിപ്പിച്ചതു പാമ്പാണ്. നമ്മുടെ സ്തോത്രഗ്രന്ഥത്തിൽ ആരു തിന്നു. എന്തു തിന്നു എന്നൊന്നുമില്ല. അതുകൊണ്ടു നമുക്കു പാമ്പില്ല. അവൻ വരുമ്പോൾ പാമ്പിനേം കൊണ്ടല്ല വരുന്നത്. നമുക്കു മോക്ഷം നൽകാൻ അവൻ വരും. ആമേൻ ..."

പാപത്തിന്റെ ശമ്പളം മരണം. അവിടെ പാമ്പില്ല. പാമ്പിനു പാമ്പിന്റെ വഴി, മനുഷ്യർക്കു മനുഷ്യരുടെ വഴി. ഹിന്ദുക്കൾ പാമ്പിനെ കണ്ടാൽ വിരട്ടിയോടിക്കും, ചിലരതിനെ കൊല്ലും. പാസ്റ്ററിനും വ്യക്തമായൊരുത്തരം പറയുവാനായില്ല. ബഹളം കേൾക്കുമ്പോഴത് എവിടെയേലും ഒളിക്കും. വീണ്ടും പുറത്തേക്കിഴഞ്ഞു വരും. ഒരു തീർപ്പിലെത്തുവാനാകാതെ സഭപിരിഞ്ഞു... പാമ്പും.

5

എവിടേയും ദാരിദ്ര്യമായിരുന്നു. ഭക്ഷണം കഴിക്കാനില്ലാതെ യുവത്വം ഉണങ്ങി വരണ്ടു. അനാചാരവും അടിമതുല്യമായ ജീവിതവും കാരണം താഴ്ന്നജാതിയെന്നു മുദ്രകുത്തപ്പെട്ടവർക്ക് മൃഗങ്ങളെപ്പോലെ കഴിയേണ്ടിവന്നു. ചരിത്രത്തിലേക്ക് നവസൃഷ്ടിയുടെ ഉഷ്മളമായ കാറ്റുപോലെയാണ് മരുത്വാമല വിട്ടിറങ്ങിയ ശുഭ്രവസ്ത്രധാരിയായ യുഗപുരുഷൻ കേരളത്തിന്റെ അധഃകൃതരിലേക്കുനടന്നെത്തിയത്.

നദീതീരത്ത് അകന്നു നിന്നു ഊഴംനോക്കി വാവൂട്ടാനെത്തിയവരെ തന്റെ അടുത്തേക്കു വിളിച്ചു.

വരൂ...

നിറം കൊണ്ടു മാത്രം ഇരുണ്ടവരായിരുന്നവരുടെ മനസിലേക്കു ഗുരു നിറം പകർന്നു.ആ കുന്നിൻമുകളിലവർ ഒത്തുചേർന്നു. തങ്ങളിലേക്കു വെളിച്ചം പകർന്ന വെള്ളവസ്ത്രധാരിയെ അവർ ഗുരു എന്നു വിളിച്ചു. അവരിലെ ആത്മവിശ്വാസം ഒന്നൊന്നായി വളർത്തിയെടുക്കുന്നതിനൊപ്പം അനാചാരങ്ങൾക്കുമദ്ദേഹം തടയിട്ടു.

മൃഗബലി തടഞ്ഞു.

നമ്മളും മൃഗങ്ങളും വ്യത്യസ്ഥരല്ല. നമ്മളിലെ ദൈവാക്ഷ്യം അവരിലുമുണ്ട്. പരമാത്മാവാണ് പ്രപഞ്ചസൃഷ്ടിക്കുകാരണഭൂതൻ. അവൻ തന്നെയാണ് ഉറുമ്പു മുതൽ ആനവരെയുള്ള എല്ലാ ജീവജാലങ്ങളേയും മനുഷ്യരേയും സൃഷ്ടിച്ചത്. കർമ്മം മാത്രം മതി, ക്രിയ വേണ്ട. അതുകൊണ്ട് ഇനി മേലിൽ മൃഗബലി നടത്തരുത്. നിശ്ചയദാർഢ്യമുള്ള നയനങ്ങളും ആകാരവും അവരിൽ വിശ്വാസ സ്പുരണങ്ങളുണർത്തി. ഗുരു പറഞ്ഞു കൊണ്ടിരുന്നു. ആ ജ്ഞാനപ്രഭയിൽ അധഃകൃതരെന്നു മുദ്രകുത്തി അകറ്റിനിർത്തിയിരുന്നവരിൽ ആത്മവിശ്വാസത്തിന്റെ വെളിച്ചം നിറഞ്ഞു. അവർ സംഘടിതരാകുവാൻ തുടങ്ങി. മേൽക്കോയ്മക്കാരെന്നും മേൽജാതിയെന്നും പറഞ്ഞ് അഹങ്കരിച്ചിരുന്ന ബ്രാഹ്മണ സമൂഹ ത്തിൽ ഭീതിയുടെ നിഴലാട്ടം തുടങ്ങി. കീഴ്ജാതിക്കു വേദമോതുന്ന ഗുരുവിനെ വില കുറയ്ക്കുവാനവർ കച്ചമുറുക്കിയിറങ്ങി.

“അരുത്. - നദിക്കുളിലെ ആഴക്കല്ല് നദീജലം തഴുകി തലോടി

ദൈവമാക്കിയ കല്ല് അതു ഞങ്ങളുടെ ദൈവം"

"അല്ല ഈ കല്ല് ഞങ്ങളുടെ താഴ്ന്നവരുടെ ദൈവം." അക്ഷോഭ്യനായി ഗുരു ശാന്തമായി മറുപടി പറഞ്ഞു.

ബുദ്ധനെ കൊന്ന് വിഷ്ണുവിനെ സ്ഥാപിച്ച അതേ ആഭിചാരം ഗുരുവിനെതിരേയും പ്രയോഗിക്കുവാൻ അവർ തുനിഞ്ഞു. പാതാളത്തിലേക്കു ചവിട്ടിത്താഴ്ത്തുന്ന വൈഷ്ണവ തന്ത്രങ്ങൾക്കു മുകളിലായി ഗുരു ശാന്തനായി. അവർക്കു മുന്നിൽ മലമുകളിൽ ചമ്രം പടിഞ്ഞിരുന്നു. ആദ്യം മടിച്ചും പിന്നീട് അവകാശത്തോടേയും നടന്നടുത്തു.

അവിടെ ആ പ്രശാന്ത പ്രകൃതിയിൽ അന്നവർ ആദ്യമായി ദൈവത്തെ കണ്ടു, മതിവരുവോളവും കണ്ണീരൊഴുക്കി തൊഴുതുനിന്നു.

തൊഴേണ്ടത് ഗുരുവിനേയോ - കല്പിത ശിലയേയോ ?

അധഃകൃതരുടെ അഹവും ബ്രഹ്മമായി.

ഗുരുമനസിൽ ദൈവം പ്രാപ്തനാണെങ്കിലും സാധാരണ മനുഷ്യന് അതു ദുരൂഹമാണ്.

പ്രത്യേകിച്ചു കാലങ്ങളോളം അടിമകളെപ്പോലെ മൃഗതുല്യരായി കഴിയേണ്ടിവന്ന ഒരു സമൂഹത്തിന് അവരെ മാറ്റിയെടുക്കുവാൻ ഗുരു ശ്രമിക്കുമ്പോഴും ഗുരു ദുഃഖിതനായിരുന്നു. വിദ്യയുണ്ടായിട്ടും മനുഷ്യന് അധമബോധം പ്രാപിക്കാൻ എങ്ങിനെ കഴിയുന്നു. ക്ഷേത്രങ്ങളേക്കാൾ വലുതാണ് സരസ്വതീക്ഷേത്രമെന്നു കരുതിയതും തെറ്റിയോ? പഠനം മാനവനിന്ദയായി മാറുന്നുവോ? അതായിരുന്നു ഗുരുവിന്റെ ദുഃഖകാരണം.

ഗുരുമഹിമയോടൊപ്പം തന്നെ നാട്ടിലെങ്ങും പട്ടിണിയും വിശപ്പും മാറാരോഗം പോലെ വ്യാപകമായി. അമേരിക്കയിൽ നിന്നും സ്കൂളുകളിൽ തരിഗോതമ്പും മണചോളപ്പൊടിയുമെത്തി. പാമോയിൽ മൂപ്പിച്ച് കറിവേപ്പിലയിടുമ്പോഴുള്ള വറമണം പാഠ്യഭാഗങ്ങളുടെ ഓർമ്മകളെക്കാൾ മൂക്കിൽ വട്ടം ചുറ്റി. ഉച്ചബെല്ലിനായവർ മറ്റെല്ലാംമറന്നു കാത്തിരുന്നു. ക്ലാസുമുറികളിൽ നിന്നും വരാന്തയിൽ വരിവരിയായിരുന്നു വക്കുചളുങ്ങിയ അലൂമിനിയപാത്രങ്ങളിലെ ഉപ്പുമാവ് വാരിവലിച്ചു തിന്നുന്ന കുഞ്ഞുങ്ങളുടെ കണ്ണിലെ വെളിച്ചം കണ്ട് രക്ഷിതാക്കൾ വിശപ്പടക്കി.

സ്കൂൾ വരാന്തയിൽ കുട്ടികൾ നിരനിരയായി ഇരുന്ന് അവരവരുടെ പാത്രത്തിൽ വീഴുന്ന ഗോതമ്പുതരി ഉപ്പുമാവ് ആർത്തിയോടെ ഭക്ഷിച്ചു. ചിലരതിലെ കറിവേപ്പില പാത്രത്തിന്റെ സൈഡി ലേക്കു മാറ്റിവയ്ക്കുന്നതിനിടക്ക് ഹെഡ്മാസ്റ്റർ നീളൻ ചൂരലുമായി റോന്തു ചുറ്റി എല്ലാം കഴിക്കൂ, ഭക്ഷണമാണ്. കേട്ടപാടെ മാറ്റിവ ച്ചിരുന്ന കറി

വേപ്പില കൂടി കഴിച്ചിട്ടും വിശപ്പെടങ്ങാണ്ട് വീണ്ടും വരികൾക്കു പിന്നിലിടം പിടിച്ചു.

അന്ന് അമേരിക്കയും റഷ്യയും ലോകത്തെ പങ്കിട്ട് ഊട്ടാൻ മത്സരിച്ചിരുന്നു. ഇൻഡ്യയേക്കാൾ ദരിദ്രമായിരുന്നു ചൈന. ദാരിദ്ര്യത്തിൽ നിന്നു ലഭിച്ച അല്പ ഉന്മേഷത്തിൽ പെറ്റു പെരുകി. സ്വാതന്ത്ര്യം ലഭിച്ചിട്ടും ജീവിതം ദുരിതത്തിൽ നിന്നും ദുരിതത്തിലേക്ക്. ബ്രിട്ടീഷുകാരിൽ നിന്നു ലഭിച്ച സ്വാതന്ത്ര്യം നാട്ടിലെ ദുരിതത്തിനു ബാധകമായില്ല. അതു നെഹ്റുവിന്റെ സോഷ്യലിസത്തിൽ തട്ടി ഉടഞ്ഞു. ജീവിതം പിന്നേയും കഷ്ടതകളുടെ ശേഷിപ്പായി. സാധാരണക്കാരായ ഇൻഡ്യാക്കാരന്റെ കൈവെള്ളയിൽ വീണു പിടഞ്ഞു.

ഭാരതത്തിൽ കോൺഗ്രസ് ഭരണം വന്നിട്ടും പരാജയം മാത്രമായിരുന്നു ഫലം. ഇൻഡ്യൻ കച്ചവടം. ബ്രിട്ടീഷുകാർ തിരഞ്ഞെടുത്ത രാഷ്ട്രീയ പ്രതിനിധികളിലേക്കു കൈമാറിയതല്ലാതെ ദേശക്കാർക്കു തൊഴിലെടുത്തു സാമ്പത്തിക സ്വാതന്ത്ര്യത്തോടെയുള്ള ജീവിതം ഇപ്പോഴും അന്യമാണ്.

ചോദ്യം ഭാരതീയ ഗ്രാമത്തിലെങ്ങും ചുരമാന്തിനിന്നു.

ഗാന്ധിജിയല്ല,

മാർക്സുമല്ല,

മാവോയാണ് മോചന മാർഗ്ഗം...

"കർഷകൾക്കായി ഇൻഡ്യയേ മോചിപ്പിക്കണം. മോചന മാർഗ്ഗത്തിൽ തടസ്സമാകുന്നവരെ ഉന്മൂലനം ചെയ്യണം. ഉന്മൂലനം ഗറില്ല സമരത്തിന്റെ ഉയർന്ന രൂപവും വർഗ്ഗസമരത്തിന്റെ ആരംഭ ബിന്ദുവുമാകുന്നു." ചാരു മഞ്ജുദാറിന്റെ ആഹ്വാനം ഇങ്ങു കേരളത്തിലും മുളപൊട്ടി.

വ്യവസ്ഥിതിയെ എതിർക്കണം. അതിനെതിരു നില്കുന്നവനെ കൊല്ലണം. കൃഷിഭൂമി കർഷകന്... വിപ്ലവവായാടിത്തം തുറന്നു കാട്ടുവാൻ ഗ്രാമങ്ങളിലെ കർഷകരെ സായുധരാക്കി സംഘടിപ്പിച്ച് ഭരണകൂടത്തെ വളയണം. വർഗ്ഗശത്രുവിന്റെ ഉന്മൂലനമാ യിരിക്കും അന്തിമ വിധി.

വയനാട്ടിലെ ചുരങ്ങളിലെ വനമറവിൽ അവർ സംഘടിച്ചു. കേരളത്തെ മോചിപ്പിക്കുവാൻ രാത്രിയുടെ മറവിൻ സ്റ്റഡിക്ലാസുകൾ നടത്തി. കോണിച്ചിറയിലെ നാല്ക്കവലകളിൽ വെളുത്ത കടലാസിൽ കറുത്ത കരികൊണ്ടെഴുതി.

'വർഗ്ഗ ശത്രു മഠത്തിൽ മത്തായിയെ വധിക്കുവാൻ ജനകീയ കമ്മിറ്റി തീരുമാനിച്ചു. മാവോ സേതുണ്ട് സിന്ദാബാദ്.'

മത്തായി കോടതിയിൽ അഭയം തേടി. കോടതി ഉത്തരവിലൂടെ

തോക്കുധാരികളായ പോലീസ് മത്തായിയുടെ സുരക്ഷക്കെത്തി രാപ്പകൽ കാവൽ നിന്നു.

ജനകീയ കോടതിത്തീരുമാനം നടപ്പാക്കിയേ പറ്റൂ. നിശ്ചയദാർഢ്യമാണ് വിപ്ലവകാരികളെ നിർണ്ണയിക്കുന്നത്. പിന്നോട്ടില്ല.

"കേരളത്തിന്റെ മോചനത്തിനായി മത്തായിയേ വധിച്ചേ പറ്റൂ."

ആരുടെയും കണ്ണിൽപ്പെടാത്ത ഒഴിഞ്ഞയിടത്തുള്ള ചുടുകട്ട പാകിയ ചുമരുള്ള മുറിയിലെ തറയിലിരുന്ന് അരണ്ട വെളിച്ചത്തിൽ ഗോപി വളരെ താഴ്ന്ന സ്വരത്തിൽ പറഞ്ഞു. ഗോപിയെ ശ്രദ്ധിച്ചിരുന്ന സഖാക്കളുടെ മനസുനിറയെ മത്തായി വധശ്രമമായിരുന്നു.

"പോലീസ് കാവലുണ്ട്."

“പോലീസിനെ മറി കടക്കണം."

“അവരുടെ കൈയ്യിൽ തോക്കുണ്ട്. നമ്മൾ വിചാരം കൊണ്ടു ആയുധധാരികളാണെങ്കിലും തോക്കില്ല“

"പോലീസ് സ്റ്റേഷനിൽ നിന്നും തോക്കു മോഷ്ടിക്കണം. ‘

“അതുമണ്ടത്തരമാണ്."

“തോക്കില്ലാതെ എങ്ങിനെ നേരിടും."

"നേരിടാം.”

ആ രാത്രി വധിക്കേണ്ട തീയതി നിശ്ചയിച്ചു.

അങ്ങിനെ മത്തായിയേ വധിക്കേണ്ട ദിനമെത്തി. കാണിച്ചിറയിലെ റബർ തോട്ടത്തിൽ വിപ്ലവകാരികൾ കൊലക്കുള്ള ആയുധങ്ങളും മറ്റുള്ളവരുടെ ശ്രദ്ധ തിരിക്കുവാനുള്ള സാമഗ്രികളുമായി ഒളിച്ചിരുന്നു. രാത്രിയുടെ പകുതിയിലധികം കഴിഞ്ഞ നേരം അവർ രണ്ടു സംഘങ്ങളായി തിരിഞ്ഞ്, ഒരു സംഘം മത്തായിയുടെ വീടിനെതിരെ നീങ്ങി. കർമ്മ സംഘം അവരുടെ സിഗ്നലിനായി അക്ഷമയോടെ കാത്തു. ആദ്യ സംഘം പടക്കമെറിഞ്ഞു ചെറുപൊട്ടലോടെ തുടങ്ങിയ പൊട്ടൽ പെട്ടെന്ന് കാതടപ്പിക്കും വിധം ശബ്ദത്തോടെ പൊട്ടി. ഉറക്കച്ചടവിലായിരുന്ന ആയുധധാരികളായ പോലീസുകാർ ആ ദിശയിലേക്കോടി. ഇതിനിടയിൽ രണ്ടാം ഭാഗം മത്തായിയുടെ വീട്ടിൽ കയറി കൈയ്യിൽ കരുതിയിരുന്ന കൊടുവാളുകൊണ്ട് മത്തായിയെ തുരുതുരാ വെട്ടി. അയാൾ വെട്ടേറ്റ് നിലത്തു കിടന്നു പിടഞ്ഞു. അവിടമാകെ രക്തം വരനൊഴുകി.

‘മാവേസേതുങ്ങ്... വിപ്ലവം വിജയിക്കട്ടെ.”

അലറി വിളിച്ച് വിപ്ലവകാരികൾ കൂട്ടത്തോടെ ഇരുളിൽ മറഞ്ഞു. ശബ്ദ കോലാഹലം കേട്ട ഭാഗത്തേക്ക് പോലീസ് ലക്ഷ്യമില്ലാതെ നിറയൊഴിച്ചു. ഇരുളിൽ മറഞ്ഞ പിപ്ലവകാരികളിൽ ഒരുവനു വെടിയേറ്റു റബർ കാട്ടിൽ മരിച്ചു വീണു. ബാക്കിയായുള്ളവർ ഒളിസങ്കേ

തത്തിൽ ഒത്തു കൂടി ഒളിജീവിതമാണെല്ലോ വിപ്ലവകാരിയെ കരുത്തനാക്കുന്നത്.

വീണ്ടും സൂര്യൻ ഉദിച്ചുയരുകയും അസ്തമിക്കുകയും ചെയ്തു കൊണ്ടിരുന്നു. വീണ്ടും രഹസ്യകേന്ദ്രങ്ങളിൽ കമ്മിറ്റികൾ അരണ്ട വെളിച്ചത്തിൽ ഉണ്ടായിക്കൊണ്ടിരുന്നു. "സഖാവേ, ഉന്മൂലനം വർഗ്ഗസമരത്തിന്റെ ആരംഭബിന്ദുവാണെന്നു പറഞ്ഞിട്ട് മഠത്തിൽ മത്തായി വധത്തോടെ കേരളത്തിൽ വർഗ്ഗസമരം ഉണ്ടായില്ലെല്ലോ?"

അണയാറായ ബീഡി തുരുതുരആഞ്ഞു വലിച്ച് ഒരു സഖാവു ചോദിച്ചു.

"അതെന്താ?"

"മാവോയിക്കു തെറ്റിയോ?"

മാവോയെ സംശയത്തോടെ തള്ളിപ്പറഞ്ഞ സഖാവിനു പാർട്ടിയിൽ സ്ഥാനമില്ല. ചോദ്യം ഉന്നയിച്ച സഖാവിനെ പാർട്ടി പുറത്താക്കി.

ഒരു അപഹാസ്യ കഥ പോലെ മാവോയിസം വനമേഖലയോടു ചേർന്നുള്ള ലോഡ്ജുകളിൽ ഒതുങ്ങി. കൂടുതൽ മികവും കഴിവുമുള്ള പോലീസ് കേരളീയ ഇടതു പ്രഭുക്കന്മാർക്കുവേണ്ടി, അവരെ ഇല്ലാതാക്കി മറുഭാഗത്ത് ഇടതുപക്ഷ മുതലാളി. ആ കമ്മിറ്റികൾ പിന്നേയും കൂട്ടിക്കൊണ്ടിരുന്നു.

"ഇടതു തീവ്രവാദം, ഇടതുപക്ഷ വ്യതിയാനം, ഉടനടിവിപ്ലവം ഇവയൊക്കെ യഥാർത്ഥ വിപ്ലവ ദർശനത്തിന് എതിരാണ്. ഇടതുപക്ഷത്തിനു ബദലായ പക്ഷങ്ങളൊക്കെ ചരിത്രത്തിന്റെ ചവറ്റുകുട്ടയിൽ നിക്ഷേപിക്കപ്പെടണം."

പറയുന്നതു നമ്പൂതിരിയാണെങ്കിൽ അതു ശരിയെന്ന പരമ്പരാഗത ആശയനിർണ്ണയ വ്യവസ്ഥ വിപ്ലവചിന്തയുടെ കാര്യത്തിലും അംഗീകരിക്കപ്പെട്ടു.

ഇനി എന്ത്?

ആശയപോരാട്ടം അവസാനിക്കാത്ത വിപ്ലവക്കാരുടെ മനസിലും മോചനം വളരെ അകലെയായിരുന്നു. നിയമപരിഷ്കരണ വിപ്ലവം മോചനമാർഗ്ഗമല്ല, നിയമ പരിഷ്കരണത്തിലൂടെ വ്യവസ്ഥയേ കീഴ്മേൽ മറിക്കുവാൻ ആകത്തില്ല.

"അതിലേക്ക് ഭരണ പരിഷ്കാര കമ്മിറ്റി മതി"

"എന്താണ് ഭരണ പരിഷ്ക്കാരം."

ഭരണത്തിനുള്ളിലെ ശീതളിമയിൽ കടന്നു കൂടിയ മുന്തിയ വിപ്ലവ പോരാളികൾ ഉള്ളാലെ ചിരിച്ചു. ആ ചിരി നേതൃനിരയിലെ ചെവികളിൽ നിന്നും ചെവികളിലേക്കു പകർന്നു. വലിയ ചിരിയായതു മാറി.

നടന്നുവന്ന വഴികൾ മറന്നു. സുഖസമൃദ്ധിയിൽ നേതൃത്വത്തിന്റെ

മനവും ശീതളിമയിൽ മനസിനൊപ്പം ശരീരവും സുഖിച്ചു. ചരിത്രം എപ്പോഴും ഓർമ്മിപ്പിക്കുവാനുള്ളതല്ല. അതു നമ്മേ പിന്നോട്ടുവലിക്കും. വ്യണിതമായ ശരീരവും പേറി അവർ ചികിത്സതേടി മുതലാളിത്തത്ത രാഷ്ട്രങ്ങളിലാഭയം കണ്ടു. ചീഞ്ഞുപോയ അവരുടെ ചിന്തകൾ വളർത്തിയ ശരീരം ഉടച്ചു വാർക്കുവാൻ ശാസ്ത്രത്തിനായില്ല.

ഇതിനിടെ അദ്ധ്വാനിക്കുന്ന വർഗ്ഗം കേരളം വിട്ടോടി.

അന്യരാജ്യങ്ങൾ അവർക്ക് അദ്ധ്വാനിക്കുവാൻ ഇടം നൽകി. ആ നാടുകൾ കനിഞ്ഞതോടെ പിന്നേയും കേരളത്തിൽ വസന്തം പൂവണിഞ്ഞു. അവരുടെ കനിവാർന്നു കേരളം കേരളത്തിലൂടെ അല്ലാതെ വളർന്നു.

ഗാന്ധിജിയേയും, പി. കൃഷ്ണപിള്ളയേയും, ഏ കെ ജി യേയുമൊക്കെ നോക്കുകുത്തികളാക്കി. അവരെയൊക്കെ മറി കടന്ന് കേരളം വളർന്നു സമ്പന്നമായി. കമ്യൂണിസം എപ്പോഴും അങ്ങിനെയാണ്. അതു പാർട്ടി ബൂർഷ്വാകളെ വളർത്തും. തൊഴിലാളികളെ ജോലിയെടുക്കുന്ന യന്ത്രങ്ങളാക്കി മാറ്റും. പഴയ മാമൂലുകളും പാരമ്പര്യ മനസും അതിന്റെ സുഖ നോവുകളും തൊഴിലാളിയിൽ നിന്നും പറിച്ചെടുക്കും. അദ്ധ്വാനിക്കുന്ന, ഭക്ഷണം കഴിക്കുന്ന, വികാരരഹിതമായ ഒരു ഭൗതിക യന്ത്രമാക്കി സമൂഹത്തെ മാറ്റും. സഹജ വികാരങ്ങൾ നശിച്ച കമ്യൂണിസ്റ്റു ജനത പുത്തൻ മാനസിക മേചനത്തിനായി ഉള്ളാലെ ഊർജ്ജം ആവാഹിച്ച് ആ ഭൗതിക കെട്ടുപാടുകളിൽ നിന്നും പുറത്തുള്ള ജീവിതത്തിന്റെ സ്വാതന്ത്ര്യത്തിലേക്ക് വെളിച്ചം തേടി, സൂര്യപ്രകാശത്തിനായി സസ്യങ്ങൾ ചരിഞ്ഞു. വളരുന്നതുപോലെ വികസിക്കും.

കമ്യൂണിസ്റ്റിനു നുകമേന്തിയുള്ള പ്രയോജനരഹിതമായ യാത്ര,

ചിന്തിച്ചും ധ്യാനിച്ചുമൊക്കെ കൂടാരത്തിനുള്ളിലിരുന്ന ബുദ്ധൻ ഗതകാലചിന്തകളിൽ നിന്നും വിടുതൽ വരുത്തുവാനും പുതിയ ഊർജ്ജസംഭരണത്തിനുമായി തുറസ്സായ സ്ഥലത്തെ ഒറ്റയരയാൽ ചുവട്ടിലെ പീഠത്തിൽ വന്നു ചമ്രം പടിഞ്ഞിരുന്നു.

ചരിത്രം, മനുഷ്യമനസും ശാന്തിയും ലക്ഷ്യമാക്കി വേണം വളരാൻ. അതിനായുള്ള യജ്ഞമാണല്ലോ...

പുത്തൻ ലോകക്രമത്തെക്കുറിച്ചു നിശബ്ദരായി സംസാരിച്ചുകൊണ്ട് റാവുത്തരും അഹല്യയും ബുദ്ധനിരുന്നിരുന്ന അരയാൽ ചുവട്ടിലേക്കു വന്നു.

അപ്പോഴവർ മൂവരുടെയും മനസ്സിൽ പുതിയ കേരളപ്പിറവിയേക്കുറിച്ചുള്ള സ്വപ്നങ്ങളായിരുന്നു.

6

ഫ്രാൻസിസിന് അത്ഭുതമായിരുന്നു. പെട്രോൾ മാക്സ് വിളക്കിൽ കൊളുത്തുന്ന തീ ആളിപ്പടർന്ന് നീല കലർന്ന തൂവെളിച്ചമാകുന്നതു കണ്ടു നില്ക്കുവാൻ. നിർനിമേഷനായി അതുനോക്കി നില്കുവാൻ. പെട്രോൾമാക്സിൻ വെളിച്ചം മിന്നിത്തെളിയുന്ന മുറയ്ക്കു ഫ്രാൻസിസിന്റെ മുഖത്തും പുഞ്ചിരി മിന്നിത്തെളിയും.

സന്ധ്യാനേരത്തു തുടങ്ങുന്ന മരച്ചീനിക്കെട്ടിനു കുഞ്ഞു ഫ്രാൻസിസായിരുന്ന കർഷകരുടെ വിളക്കെടുപ്പുകാരൻ. അതവനെ ആരും ഏല്പിച്ചതല്ല സ്വയം ഏറ്റടുത്തതാണ്. പെട്രോൾ മാക്സിന്റെ വെളിച്ചം അവനു വലിയ ഇഷ്ടമായിരുന്നു. അതുകൊണ്ട് നേരം പെട്ടെന്നുസന്ധ്യയാകുവാൻ അവൻ എന്നും പ്രാർത്ഥിക്കും.

“ടേ... പ്രാഞ്ചി ഇങ്ങോട്ടു തെളി.”

മരച്ചീനി അരിഞ്ഞ് പായയിലേക്കിടുന്നവർ അവനെ മാറി മാറി വിളിച്ചു കൊണ്ടിരിക്കും.

ബുദ്ധന്റെ ദീർഘകാല സുഹൃത്തായിരുന്നു ഫ്രാൻസിസ്. സമപ്രായക്കാരായ കുട്ടികൾ പാടത്തും തൊടിയിലുമൊക്കെ കളിച്ച് വസ്ത്രങ്ങളിലും ദേഹത്തുമൊക്കെ ചളിയും പുരട്ടി അന്തിക്കു വീടണയുമ്പോഴും ഫ്രാൻസിസ് വീട്ടിലിരുന്നു പഠിക്കുകയായിരിക്കും. നേരമിരുട്ടിത്തുടങ്ങുമ്പോൾ കത്തിച്ച പെട്രോൾമാക്സുമായി ജോലിക്കാരോടൊപ്പം വയലിലേക്കുയാത്രയാകും. പിന്നെ പുലരുവോളം ജോലിക്കാർക്കു വെളിച്ചം പകർന്നു കാവലാകും.

കാലത്തിനനുസരിച്ച് കൊച്ചുപ്രാഞ്ചിയും വളർന്നു. ഹൈസ്കൂൾ പഠനം കഴിഞ്ഞ് പ്രീയൂണിവേഴ്സിറ്റിയും പാസ്സായപ്പോൾ ബാങ്കിൽ ജോലിക്കാരനായി. അപ്പോഴും പെട്രോൾമാക്സു പോലെ എരിഞ്ഞിരുന്നു മനസ്സ് രാത്രി രണ്ടു മണിയോടെ ബാങ്കിലെ പണി കഴിഞ്ഞെത്തുമ്പോഴാണ് പണിക്കാർ വായ്പ തിരക്കി ബാങ്കിലെത്തുന്നത്. കിനിഞ്ഞുകത്തുന്ന വിളക്കിനരികിലിരുന്നു ഫ്രാൻസിസ് കർഷകർക്ക് സംഘം വഴി വായ്പ് നൽകി. കിട്ടുന്ന എഴുത്തു കൂലി പ്രഭാതത്തിൽ അവർക്കു തന്നെ ചായ വാങ്ങിച്ചു കൊടുക്കും.

ജീവിതമങ്ങിനെയാണ്. പരിശ്രമശാലികൾക്കൊപ്പം മുന്നോട്ടു കുതിക്കും. നാം എഴുതുന്നതാണ് നമ്മുടെ ജീവിതം. രചനാ വൈ

ദഗ്ധ്യമാണ് നമ്മേ നിശ്ചയിക്കുന്നത്. വൈദഗ്ധ്യത്തിലെ പാകപ്പിഴക്ക് ദൈവത്തെ പഴിച്ചിട്ടു കാര്യമില്ല. ദൈവം മനുഷ്യനായി ഒന്നും ചെയ്തു തരുന്നില്ല. എല്ലാം നാംതന്നെ ചെയ്യുന്നു. നല്ലതായാലും ചീത്തയായാലും, ഫലവും നമുക്കു തന്നെ. നല്ല ഫലത്തിനു ദൈവത്തിനു സ്തുതി. കർമ്മഭേദങ്ങൾക്ക് ദൈവത്തിനു പഴി.

എല്ലാത്തിനും അരൂപിയായ ദൈവം സാക്ഷി.

ബുദ്ധൻ ഫ്രാൻസിസിനെക്കുറിച്ചുള്ള ചിന്ത തുടർന്നു.

എങ്ങും ദാരിദ്ര്യം പിശാചിനെപ്പോലെ വേട്ടയാടാൻ തുടങ്ങിയപ്പോൾ ഫ്രാൻസിസിനുമാത്രം സ്വർഗ്ഗം മനസിൽ തുറക്കപ്പെട്ടു. സ്വർണ്ണച്ചിമിഴ് തുറന്നെടുക്കുന്നതുപോലെ ഫ്രാൻസിസ് തനിയേ അതു തുറന്നെടുത്തു.

ആ വഴിയേ അവൻ നടന്നു. ഒരു പുണ്യാളനെപ്പോലെ.

ഉയന്ന മൂല്യങ്ങൾ പിൻ തുടരൂ... സുഖമായി ജീവിക്കൂ...

എവിടെയോ വെച്ചുകേട്ട ഒരു മതപണ്ഡിതന്റെ പ്രസംഗത്തിനു പത്രാധിപരിട്ട തലവാചകം. ആ തലവരികളിലെ പരിശുദ്ധി ക്കൊപ്പം ഫ്രാൻസിസ് ജീവിതത്തെ കരുപ്പിടിപ്പിച്ചു. വളരെ നാളത്തെ പരദേശയാത്ര കഴിഞ്ഞു നാട്ടിലെത്തിയപ്പോൾ പഴയ കൂട്ടുകാർ ഒപ്പം കൂടാനെത്തി. അപ്പോഴും അവൻ അവരിലൊരാളായി അവരുടെ ആവശ്യങ്ങൾ സാധിച്ചു കൊടുക്കുന്നതിൽ മടിയൊന്നുമില്ലാതെ സൗഹൃദം നിലനിർത്തി. അവരുടെ പുഞ്ചിരിയുടെ കമ്പിളിയും പുതച്ച് പ്രാഞ്ചി വീണ്ടും ബിലായത്തിലേക്കു വിമാനം കയറി.

കേരളത്തിൽ അപ്പോഴും ദാരിദ്ര്യം മുടിയഴിച്ചാടുകയായിരുന്നു. പിന്നെ എങ്ങിനെ ജീവിതം സ്വതന്ത്രമാകും. വൈവിദ്ധ്യമാർന്ന ചിന്തകളിലൂടെ മനസ്സുഴറി.

ശാസ്ത്രീയ സോഷ്യലിസം ഉണർന്നെഴുന്നേല്കണം. പൊതുമുതൽ പൊതുഅദ്ധ്വാനം, വേതനം ഒന്നുപോലെ പങ്കു വയ്ക്കണം. അതിനെയാണെങ്കിൽ അതു നമ്മുടെ ജീവിത നിലവാരത്തെ മാറ്റി മറിക്കും.

ചർച്ചകൾ തുടർന്നു.

പഠിപ്പുള്ളവനും പഠിപ്പില്ലാത്തവനും എങ്ങിനെ ഒരേവേതനം എങ്ങിനെ ഒരേ ജീവിത നിലവാരം?

ജീവിതം രണ്ടുപേർക്കും ഒന്നാണെങ്കിലും പഠിപ്പ് അവരെ രണ്ടാക്കുന്നു. അങ്ങിനെ പൊതുമുതലിലെ പൊതുവായ അദ്ധ്വാനത്തിൽ വേതനം തലകീഴ് മറിക്കപ്പെട്ടു. തൊഴിലെടുക്കുന്നവർക്ക് ഒരു വേതനം പഠിപ്പുള്ളവർക്ക് കൂടുതൽ വേതനം അവരെ നിയന്ത്രിക്കുന്നവർക്ക് വേറെ വേതനം അതിനെയുള്ള വേതന വ്യവസ്ഥ തൊഴിൽ

ചെയ്യുന്നവരെ വീണ്ടും പട്ടിണിയിലാക്കി. പഠിപ്പുള്ളവർ പൊതുമേഖലയിലെ സമ്പന്നരും.

തൊഴിലാളി പിന്നേയും തൊഴിലാളിയായി. മൂഷികസ്ത്രീ വീണ്ടും മൂഷികസ്ത്രീയായി.

പരിഹാരമായവർ കണ്ടത് സമരം. വേതനക്കൂടുതലിനായി തൊഴിലാളികൾ സമരം തുടങ്ങി. ഫാക്ടറികളിലും കമ്പനികളിലും താഴു വീണു. പൊതുമേഖലയുടെ സ്തംഭനം സ്വകാര്യ കമ്പനികൾക്ക് ഓണമായി. സ്വകാര്യ കമ്പനികളിലേക്കു ജോലിക്കാരൊഴുകി. എല്ലാം പിന്നേയും കമ്യൂണിസ്റ്റു ദുർചെയ്തികളുടെ ഫലമായി ലാഭത്തിൽ ഓടിക്കൊണ്ടിരുന്ന പൊതുമേഖലാ സ്ഥാപനങ്ങൾ പൂട്ടി. പഠിപ്പുള്ളവർ തടിച്ചു കൊഴുത്തു.

നാട്ടിലെ ദുരവസ്ഥയുടെ അറിവുകൾ ഫ്രാൻസിസിനു വിഷമമായി. അവധിക്കു നാട്ടിലെത്തിയ അയാൾ ദുഃഖിതനായിരുന്നു. കൊഴിഞ്ഞ ഇന്നലെകൾ പൂക്കൾ വിടരും പോലെ പ്രസരിച്ചിരുന്ന മനസിന്റെ ഭാരമില്ലായ്മ ഇന്നു ചൂടായി അസഹ്യതയായി മാറി. ജന്മനാട്ടിലെ ജീവിതം ചുമന്നു തീർക്കാനാകാതെ വീണ്ടുമയാൾ കടൽ കടന്നു. പരസ്പര സൗഹൃദമില്ലായ്മക്കിടയിലെ ഭാരിച്ച സമ്പത്ത് അയാളെ അസ്വസ്ഥനാക്കി.

ഇംഗ്ലണ്ടിലെ സ്വീകരണങ്ങൾ അയളിൽ ഓക്കാനം വരുത്തി. ഭാര്യയേയും മക്കളേയും വിദേശത്തു തനിച്ചാക്കി ഫ്രാൻസിസ് പിന്നേയും ജന്മനാട്ടിലെത്തി. വയലിറമ്പുകളിലെ തെങ്ങിൻ തോപ്പിൽ വളർന്ന നനുനനുത്ത പുല്ലിൻപടർപ്പുകളിലൂടെ നേരിയ ആകാശ ചീരുകളിലൂടെ സൂര്യവെളിച്ചം നോക്കിയയാൾ കിടന്നു. പാരസ്പര്യങ്ങൾ കർമ്മ വിമുഖത വർദ്ധിപ്പിക്കും. ബന്ധങ്ങൾ കർമ്മത്തിന്റെ ചോതന ചോർത്തും. ജന്മനാട്ടിലെ ബന്ധസംതൃപ്തികളിലെ അലസത നൽകുന്ന സുഖം വൈദേശിക ജീവിതത്തിൽ ലഭിക്കുകയില്ല. അവിടെ എല്ലാം ഭൗതീകതയാണ്. ഭൗതികനേട്ടങ്ങൾക്കാണു പ്രാധാന്യം, മനസിനല്ല. ഭൗതീകവികാസം കാറ്റു നിറച്ച ബലൂൺ പോലെയാണ്. ദ്വാരം വീണാൽ ശൂന്യം. ഫ്രാൻസിസ് ആ കിടപ്പിൽ മൗനമായി ചിരിച്ചു

ജീവിതം അങ്ങിനെയാണ് പറിച്ചു നട്ടാലെ പച്ചപിടിക്കൂ. ഹൃദയബന്ധങ്ങളും പാരസ്പര്യങ്ങളും കളയായി വളരുന്ന മണ്ണിൽ ജീവിതം വേരോടുകയില്ല. വിദേശത്തേക്കു പറിച്ചുനട്ടാൽ വളർന്നു പുഷ്പിക്കുന്നതാണ് ഭൗതിക ജീവിതം.

കളകൾക്കിടയിലൂടെ പ്രതിരോധത്തിന്റെ ഊർജ്ജം ആവാഹിച്ച് മുരടിച്ചു വളർന്നാലും പക്ഷേ ഗുണമേറെയുണ്ടാകും. സന്യാസിമാരങ്ങിനെയാണ്.

ഫ്രാൻസിസ് ശതകോടീശ്വരനായി. നാട്ടിലെ വ്യാപാരസമുച്ചയങ്ങളിൽ മുതൽ മുടക്കുമ്പോൾ ജന്മദേശത്തിന്റെ പുനർജനിയായിരുന്നു ആ മനസുമുഴുവൻ. സർക്കാർ പകച്ചു. തങ്ങളിലില്ലാതെ വ്യാപാരങ്ങൾ എങ്ങിനെ വളരും? സർക്കാർ എന്നാൽ രാഷ്ട്രീയ പാർട്ടി. രാഷ്ട്രീയ പാർട്ടിയെന്നാൽ ട്രേയ്ഡ് യൂണിയനിസം. പിന്നെ എങ്ങിനെ ഫ്രാൻസിസ്...

ചർച്ചകൾ ലോക്കൽ കമ്മിറ്റിയും കടന്നു പോളിറ്റ് ബ്യൂറോ വരെയെത്തി.

"ആരും പാർട്ടിക്ക് അതീതരല്ല. തൊഴിലാളിവർഗ്ഗവും മുതലാളിത്തവും പാർട്ടിക്ക് കിഴ്പ്പെട്ടു വേണം വളരുവാൻ. മുതലാളിമാരുടെ സ്വാതന്ത്ര്യത്തിൽ നമ്മൾ കൈവക്കത്തില്ല. പക്ഷേ തൊഴിലാളി പരിരക്ഷ അതു നമ്മളിലൂടെ മാത്രം മതി."

പാർട്ടിനേതാവിന്റെ ആജ്ഞ താഴേത്തട്ടിൽ നിലപാടായി എത്തി.

"എന്തു നിലപാട്. നന്നേ ചെറുപ്പം മുതൽ ജോലി ചെയ്ത് അന്വാനിച്ചു ജീവിച്ച എന്റെ നിലപാടാണ് എന്റെ സ്ഥാപനത്തിനും. ഫ്രാൻസിസിന്റെ സ്ഥാപനത്തെ സർക്കാർ വളഞ്ഞിട്ടു കൊത്തിയപ്പോൾ സഹായത്തിനായി അയൽക്കച്ചവടക്കാരൻ പണിക്കരെത്തി ഉദേശിച്ചു.

"സർക്കാരിനെ എതിർക്കാൻ നോക്കണ്ട. അവർ ദൂതന്മാരെ അയച്ചാൽ കൊടുത്തുവിടണം. എന്റെ കച്ചവടത്തിനു സർക്കാർ തരുന്നത് ഭീമമായ സബ്സിഡിയാണ്. എനിക്കിന്ന് കോടികളാണ് ബാങ്കിൽ. പഠിക്കണം... മറ്റുള്ളവരെ വരുതിയിലാക്കി വളരുവാൻ പഠിക്കണം."

പണിക്കരുടെ കച്ചവടം സബ്സിഡി ബിസിനസ്സാണ്. പരമ്പരാഗത കച്ചവടം നിലനിർത്തുവാൻ സർക്കാർ കച്ചവടക്കാർക്ക് സബ്സിസി നൽകുമെങ്കിലും അതൊക്കെ ലാഭമായി കരുതാൻ പണിക്കർക്കറിയാം, സർക്കാരിനും.

രണ്ടു കൂട്ടർക്കും ലാഭം കിട്ടുന്ന കച്ചവടമേ ഇവിടെ വളരൂ... വളരാൻ വിടാവൂ... പണിക്കരുടെ മന്ത്രമാണത്.

ഇതൊന്നും ദഹിക്കാത്ത പ്രാൻസിസ് എവിടേയും സ്വസ്ഥമാകാതെ വിമാനത്തിൽ കയറി അങ്ങോട്ടു മിനോട്ടും തുരുതുരാ പറന്നുകൊണ്ടിരുന്നു.

"താങ്കൾ ഒന്നോർക്കണം. ഇന്നലെ കുരുത്തതല്ലെ ഈ പാർട്ടി. നിരവധി സമരപോരാട്ടങ്ങൾ... എന്തിനാ തൊഴിലാളികൾക്കുവേണ്ടി വാരിക്കുന്തങ്ങൾ..."

വാരിക്കുന്തങ്ങൾ എന്തിനാണെന്നു സഖാവു പറഞ്ഞില്ല.

പാർട്ടി കമ്മിറ്റി കൂടി ഫ്രാൻസിസിന്റെ പിൻതിരിപ്പൻ ആശയ ങ്ങളെ പിഴുതെറിയൽ തുടർന്നു.

എന്റെ കേരളം വിദേശം പോലെയാകണം.

കേരളം ബംഗാൾ പോലിക്കുമെന്ന് ഇ എം എസ് സഖാവു പറ ഞ്ഞത് ഓർമ്മയുണ്ടെല്ലോ. വിപ്ലവകാരികൾക്ക് തെറ്റില്ല. അതാ വൈ രുദ്ധ്യാത്മക ഭൗതികവാദം. തന്ത്രപരമായ ഈ തിരിച്ചറിവില്ലാതെ കേ രളത്തിൽ വ്യവസായ സംരംഭം തുടങ്ങുമ്പോൾ ഉണ്ടാകുന്ന പ്രതിസ ന്ധികളെക്കുറിച്ച് സഖാവു ബോധവാനാണോ?

ഫ്രാൻസിസ് ഉത്തരം പറഞ്ഞില്ല.

"ഫ്രാൻസിസ് സഖാവ് ഇരിക്ക്."

അങ്ങിനെ പറഞ്ഞുകൊണ്ട് പാർട്ടി ഓഫീസിലെ മരക്കസേര യിൽ സഖാവ് ഇരുന്നു.

"തൊഴിലാളികൾക്കു വേതനക്കൂടുതൽ വേണം. ഇല്ലേൽ ഫ്രാൻ സിസ് സഖാവേ, സഖാവിന്റെ സ്ഥാപനങ്ങൾ ഞങ്ങൾ പൂട്ടിക്കും"

പാർട്ടി കച്ചവടം അനുവദിക്കില്ല, അയാൾ മനസിൽ കണക്കു കൂട്ടി

കൂട്ടിനെത്തിയ പണിക്കർ ഫ്രാൻസിന്റെ കാതിൽ ഒരു മന്ത്ര മോതി.

"കോടിക്കണക്കിനു രൂപാമുടക്കി വ്യവസായ സംരംഭം തുടങ്ങാ മെങ്കിൽ പ്രാഞ്ചി ഒരു പാർട്ടി കൂടി തൊടങ്ങ്. അപ്പോ അവരു ദ്രോ ഹിക്കത്തില്ല.

"ഒരു പാർട്ടിതുടങ്ങാൻ കാശെത്രയാകും."

"അയൽവാസികളേയും ബന്ധുക്കളേയുമൊക്കെ ഒരു യോഗം വിളിക്കുക എന്നിട്ട് അങ്ങു തൊടങ്ങുക."

ആളുകൾ കാശുമായി ഓടിത്തുടങ്ങി. ചെറുകിട തയ്യൽ കടകളി ലൊക്കെ തിരക്കായി. ചുവപ്പും പച്ചയും വെളുപ്പും നിറമാർന്ന പാർ ട്ടിക്കൊടി നാടുനീളെ ഉയർന്നു.

"നമ്മുടെ പാർട്ടി നീണാൾ വാഴട്ടെ"

അവരുടെ കണ്ഠങ്ങളിൽ നിന്നും അഞ്ചോർത്ഥതയുടെ ചോര ഗന്ധമുള്ള ശബ്ദം പുറത്തു വീണ് പൂത്തു. ആ ചോരപ്പടർപ്പിൽ നിന്നും അയൽവാസികൾ ഉണർന്നെണീറ്റു. ഗ്രാമം ഫ്രാൻസിസ് മയമായി.

എല്ലാവർക്കും തന്റെ വ്യവസായ സ്ഥാപനങ്ങളിൽ തൊഴിൽ. ഏതു കടയിൽ നിന്നും വസ്ത്രം വാങ്ങിയാലും കമ്പനി പണം നൽകും. കുട്ടികളുടെ വിദ്യാഭ്യാസ ചിലവ് കമ്പനിവക. ഗ്രാമവാസി കൾക്ക് ഉപയോഗിക്കുവാൻ റോഡും. എങ്ങും സുഭിക്ഷത. ഫ്രാൻ

സിസ് ഒറ്റക്കു വളരുന്നതിനുപകരം നാട്ടുകാർക്കും വളരുവാൻ പ്രചോദനമേകി. നാട്ടുകാരുടെ അദ്ധ്വാനം ഫ്രാൻസിസിന്. പകരം കൂലി നാട്ടുകാർക്ക്.

ഉയർന്ന വിദ്യാഭാസമുള്ള സാമ്പത്തിക വിദഗ്ധർക്ക് ധനനഷ്ടമുണ്ടാകാതെ എല്ലാം തൊഴിലാളികൾക്കും ജോലി ചെയ്യുവാൻ കഴിവില്ലാത്തവർക്കുമായി വേതനം വീതിച്ചു.

എല്ലാവർക്കും വിവിധ പരിരക്ഷ. ഇൻഷുറൻസ് കമ്പനിയും പച്ചപിടിച്ചു.

സർക്കാർ പകച്ചു.

"ഇതുപാർട്ടിക്കു ദോഷം ചെയ്യും. വർഗ്ഗശത്രുക്കളെ മറികടന്നു വളർന്ന പാർട്ടിയാണ്. ഈ പാർട്ടിയേക്കുറിച്ച് പ്രാഞ്ചിക്ക് ഒരു ചുക്കുമറിയത്തില്ല."

"പ്രാഞ്ചി പാർട്ടിക്കാരനായിരുന്നു സഖാവേ..."

"കുലം കുത്തി പുറത്ത്."

സർക്കാർ മുദ്രവച്ച വെള്ള പേപ്പറിലെ ഉത്തരവ് കംപ്യൂട്ടർ വഴി ഡിപ്പാർട്ടുമെന്റുകളിലേക്ക് ഒഴുകി.

"എല്ലാ വകുപ്പു മേധാവികളും അടിയന്തിരമായി റെയ്ഡിനിറങ്ങുക. റെയ്ഡുമാത്രം പോര, ശത്രുക്കളെ പിടികൂടണം. ഉദ്യോഗസ്ഥന്മാരിൽ ഒറ്റുകാരുണ്ടെങ്കിൽ പിടിച്ച് സർക്കാർ പുറത്താക്കും."

ചീഫ് സെക്രട്ടറിയും മുഖ്യമന്ത്രിയുമുൾപ്പെടെയുള്ള യോഗത്തിൽ ബോസ് കോപാകുലനായി.

"അല്പമൊക്കെ വിട്ടുവീഴ്ച..." മുഖ്യമന്ത്രി ചിരിച്ചു.

"വിട്ടുവീഴ്ചയെന്നാൽ വിടുക, വീഴുക അതു വേണ്ട. സർക്കാർ വീഴാൻ പാടില്ല. ക്യാപ്റ്റൻ പറേണതു കേൾക്കണം. പാർട്ടി കീഴ്വഴക്കം ലംഘിക്കരുത്."

കോൺഫ്രറൻസ് ഹാളിൽ നിശബ്ദത പരന്നു.

എങ്ങും മൂകത.

സർക്കാർ മെഷിനറി ശത്രുസംഹാരത്തിനായി ചലിച്ചുതുടങ്ങി. വിദ്വേഷത്തിന്റെയും വെറുപ്പിന്റെയും ശാപാഗ്നി എരിഞ്ഞു.

ഫ്രാൻസിസിന്റെ യാഗം മുടക്കണം. സർക്കാർ ആവാഹിച്ച ഭൂതങ്ങൾ ഫ്രാൻസിസിന്റെ യാഗാഗ്നിക്കു ചുറ്റും മണ്ടി നടന്നു. സാംസ്കാരിക നേതാകൾ അഗ്നിദർശിച്ച് ഉൾവലിഞ്ഞു.

അഗ്നിയിൽ തങ്ങളുടെ നേരിയ ബലമില്ലാത്ത വെന്തെരിയുമെന്ന് ജന്തുസഹജമായ സംവേദനം അവരെ എതിർപ്പിൽ നിന്നും വിലക്കി.

തങ്ങളുടെ മൗനത്തിനു പകരം അവാർഡ് ചോദിച്ച് സർക്കാരിനു പുറകിൽ ഒളിച്ചു. അവരെ ജനങ്ങളിൽ നിന്നും സർക്കാരു രക്ഷിച്ചു.

“ജനങ്ങൾ തിരഞ്ഞെടുത്താണ് ഈ സർക്കാരിനെ. എല്ലാവർക്കുള്ളതുപോലെ അവകാശം ഫ്രാൻസിസിനുമുണ്ട്. മാത്രമല്ല പ്രവാസികളുടെ ഇൻവെസ്റ്റ്മെന്റ് സർക്കാരിനു മുതൽക്കൂട്ടാണ്” മുഖമന്ത്രി പറഞ്ഞു.

"പാർട്ടി ഉണ്ടെങ്കിലെ സർക്കാരുള്ളു. അതിൽ ക്യാപ്റ്റൻ പേടിക്കേണ്ട. ഇവിടെ ക്യാപ്റ്റനല്ല പാർട്ടി. പാർട്ടി പറയുന്നത് ക്യാപ്റ്റൻ അനുസരിക്കണം. ഇതുവർഗ്ഗ സമരമാണ്”

പാർട്ടി കമ്മിറ്റിയിൽ ബോസിന്റെ അലർച്ചയിൽ അംഗങ്ങൾ നിശബ്ദരായി.

“സാമ്രാജ്യത്വം തകരണം. അയാളുടെ സാമ്രാജ്യത്വ അജണ്ടയാണ്. അതിവിടെ നടപ്പാക്കാൻ പറ്റത്തില്ല. പഴയ മുദ്രാവാക്യം നമ്മൾ ഓർക്കണം - അമേരിക്കൻ സാമ്രാജ്യത്വം തുലയട്ടേ..”

"ഫ്രാൻസിസ് ഈ കളി കളിച്ചാൽ പാർട്ടിയെ വിശ്വസിച്ച നമ്മുടെ സഖാക്കൾ എന്തു ചെയ്യും.”

കമ്മിറ്റിയിൽ ചോദ്യമുയർന്നു. ബോസിന്റെ കൊടും ചിന്ത ലാവ പ്രവാഹം പോലെ കമ്മിറ്റി ഹാളിലേക്ക് ഒഴുകിയെത്തി.

“ഫ്രാൻസിസിനെപ്പോലെയുള്ളവരെ ഉപയോഗിക്കണം. പെറ്റി ബൂർഷ്വസികളെ എതിർക്കാതെ അവരുമായി പുറത്തു സമരത്തിലും അകത്ത് ഐക്യത്തിലുമെത്തണം. മാർക്സിനെ വ്യാഖ്യാനിച്ചതു മറക്കരുത്. ഐക്യവും സമരവും...”

"അതെങ്ങനാ സഖാവേ..."

"ഇയാളെപ്പോലെയുള്ളവർ, നാഷണലൈസ്ഡ് ബാങ്കുകളില്ല തങ്ങളുടെ നിക്ഷേപം ഒളിച്ചിടുന്നത്. അവർക്കു നികുതി വെട്ടിക്കാനായി പ്രാഥമിക സഹകരണ സംഘങ്ങളാണ് ആശ്രയം. അവിടെ കെ വൈ സി ഇല്ല. അവരുടെ കോടികളുടെ നിക്ഷേപം നമ്മുടെ സഹകരണമേഘലയിലുണ്ട്. അവയെടുത്ത് സഖാക്കൾക്ക് വാർഷിക പലിശ നിരക്കിൽ നൽകണം. അവർ ക്വാറി നടത്തുകയോ വട്ടിപ്പലിശക്കു കൊടുക്കുകയോ സ്വർണ്ണം കടത്തുകയോ ചെയ്യട്ടെ, വേവലാതി വേണ്ട. വേലേം കൂലിം ഇല്ലാത്ത നമ്മുടെ ആൾക്കാർ വളരട്ടെ. അവരുടെ ഓരോ വളർച്ചയും നമുക്ക് നൂറായിരം വോട്ടായി തിരികെ വീഴും അതേ പോലെ കോൺട്രാക്ട് കച്ചവടം, അതു പെറ്റി ബൂർഷ്വാകളെ ഏല്പിക്കാതെ നമ്മുടെ പാർട്ടിക്കാർ ഭരിക്കുന്ന സംഘങ്ങളെ ഏല്പിക്കണം. അവർ വോട്ടായി വളരട്ടെ. സഖാക്കൾക്കു സ്ഥിര സമ്പത്ത് നമുക്ക് സ്ഥിരഭരണം."

വീണ്ടും കൂലംകുഷമായി ചർച്ചകൾ നീണ്ടു.

എല്ലാം സർക്കാർ വഴി... മഹാഭാരത യുദ്ധത്തിൽ ഭീഷ്മരെ

കൊന്നതു പോലെ ക്യാപ്റ്റനെ മുൻനിർത്തിയാകണം പേരാട്ടം. എന്നാലെ സമരം ജയിക്കൂ...

"എല്ലാം മാറ്റിത്തീർക്കണമെന്നാണ് മാർക്സ് പറഞ്ഞത്. നാം സ്വകാര്യവൽകരണത്തിന് എതിരാണ്. എന്നാൽ നമുക്ക് ജനങ്ങളെ സംഘടിപ്പിച്ച് സ്വകാര്യവൽകരണമാകാം. അതുകൊണ്ടു തന്നെ കൂത്തുപറമ്പിൽ നാം പിരിച്ചു നിർമ്മിക്കുന്ന സ്വകാര്യ മേഘല നമ്മുടേതാണ്."

ഇതേ കാരണം കൊണ്ടല്ലേ സഖാവേ കൂത്തുപറമ്പിൽ വെടി വെയ്പ്പു നടന്നത്. 'മനസിലാകുന്ന ഭാഷ പറയണം സഖാവേ"

വീണ്ടും ചർച്ചകൾ വളഞ്ഞു വളഞ്ഞു വളർന്നു

"എതിർപ്പുകളുടെ ഭാഷയിൽ സംസാരിക്കരുത്. നമ്മുടേത് അച്ചടക്കമുള്ള പാർട്ടിയാണ്."

ബോസ് ഇടപെട്ടു രംഗം ശാന്തമാക്കി.

രക്തസാക്ഷികളാണ് ഒരു പാർട്ടിയെ വളർന്നുന്നത്. കോൺഗ്രസിന് ഇല്ലാതെ പോയതും അതാണ്. രാജീവ് ഗാന്ധിക്കുശേഷം കോൺഗ്രസിനു രക്തസാക്ഷികളിയല്ല. നമുക്കോ ഉണ്ടായിക്കൊണ്ടേയിരിക്കുന്നു.'

പടത്തലവന്റെ ജീവത്യാഗം പരാജയമാണ്.

അണികൾ ചാവേറുകളാവുകയും പടത്തലവൻ ജീവനോടെ ഉണ്ടാവുകയും ചെയ്താലേ ജയിച്ചുവെന്ന് പറയാനാകൂ. ചോരയാണു പാർട്ടിക്കു വളം. അതു കുടിച്ചു പാർട്ടി വളരും. സമാധാനവും ശാന്തിയും ഒരു പാർട്ടിയേയും വളർത്തുകയില്ല. പഴയ കാവുകളിലെ മാടന്മാരെ പോലെയാണ് പാർട്ടി. ബലി വേണം. ഇളം ചോരപാർട്ടിബിംബത്തിൽ ചാലുകീറി ഒഴുകണം."

തന്റെ പഴയ സുഹൃത്തിനെ കുറിച്ചോർത്തിരുന്ന ബുദ്ധനിൽ ഒരു നെടുവീർപ്പുയർന്നു. അപ്പോൾ സൂര്യൻ പടിഞ്ഞാറേ ചക്രവാളത്തിൽ അസ്തമനത്തിനൊരുങ്ങുകയിയിരുന്നു. അവിടെയാകെ ചൊങ്കതിരൊളി തിളങ്ങിനിന്നു.

7

കുമാരസ്വാമി അങ്ങിനെയാണ്. ഏതു കാര്യത്തിലും അടിപ്പരപ്പു വരെയെത്തിയ ചിന്തയാണ്. നാം ഒരു നൂറ്റാണ്ടു മുൻപേ ചിന്തിക്കണം. മഹാന്മാർ അങ്ങിനെയാണ്, ദീർഘവീക്ഷണം വേണം.

പാർട്ടി ഓഫീസ് ഹൈടെക്കായി. കമ്പ്യൂട്ടർ വേണ്ടെന്നുള്ള പാർട്ടി ശാഠ്യത്തെ മറികടന്ന് ഏരിയാ സെക്രട്ടറി. തൊഴിലിനായി ജയിൽ നിറക്കുന്ന വിപ്ലവത്തിനെതിരെ ശബ്ദിച്ച പുരോഗമനവാദി.

ജയിൽ മറന്ന് പ്രപഞ്ചത്തിലേക്കിറങ്ങുക. മനസിൽ നിന്നും അന്യതാബോധവും ആംഗിഷും മാറ്റുക. കർമ്മോത്സുകരാവുക.

"ഉന്നതവിദ്യാഭ്യാസം സിദ്ധിച്ചിട്ടും നാട്ടിൽ ജോലി ലഭ്യമല്ലല്ലോ സഖാവേ..."

സർവ്വരാജ്യത്തും തൊഴിലാളികളുണ്ട്. അവരുമായി ഐക്യപ്പെടുക. തൊഴിലന്വേഷിച്ച് കേരളത്തിന്റെ ഇട്ടാംവട്ടം പരതരുത്. ആഗോള തൊഴിൽദായകവ്യവസ്ഥയ ഹൃദയപക്ഷമാക്കി സ്വീകരിക്കുക. സേവനം അങ്ങും വേതനമിന്നും. ഇവിടെ സേവനം വേണ്ട വേതനം മതി. നമ്മൾ ഉൽപ്പാദകരല്ല ഉപംഭോക്താക്കളാണ്. ഉയർന്ന ജീവിതനിലവാരം പുലർത്തുന്ന ജനത.

സുവോളജി പഠിച്ച് എം.എസ്.സി പാസായി കണ്ടക്ടർ ഉദ്യോഗം നേടുന്നതിനെക്കാൾ നല്ലത് വിദേശത്ത് അറബിയുടെ ഒട്ടകത്തിനു തീറ്റ കൊടുക്കുന്നതാണ്. അതാണു ആഗോള വളർച്ച യുടെ സൗന്ദര്യശാസ്ത്രം. ശാസ്ത്രീയമായ ഭൗതികവാദമാണത്.

പ്രകൃതിയ കീഴടക്കുക, നാം ഉയരുക. ചുരുക്കത്തിൽ പിൻതിരിപ്പൻ ശക്തികൾക്കെതിരേയുള്ള നിതാന്ത പേരാട്ടമാണ് ഒരു വിപ്ലവകാരിയുടെ ജീവിതം. അത് എപ്പോഴും നവലോകം ലക്ഷ്യമിട്ടുള്ള ജാഗ്രത കൂടിയായിരിക്കണം.

ഏരായാ സെക്രട്ടറി പറഞ്ഞതൊന്നും മനസിലായില്ലെങ്കിലും ക്ലാസിനെത്തിയവരെല്ലാം അതു വെള്ളം തൊടാതെ വിഴുങ്ങി. എല്ലാവരും പിരിഞ്ഞുപോയി.

യൂണിയൻ നേതാവായ കുമാരസ്വാമി വീണ്ടും ഒറ്റക്കായി. പാർട്ടി ഓഫീസിലെ ഇരുട്ടറയിൽ ഇട്ടിരുന്ന പഴയ ബഞ്ച് വലിച്ചെടുത്ത് ഹാളിന്റെ ഒരു കോണിലിട്ട് അയാൾ കിടന്നു. പക്ഷേ അപ്പോഴും

അയാൾ സത്യവും യാഥാർത്ഥ്യവും തിരിച്ചറിയാനാകാതെ വിഷമിക്കുന്നുണ്ടായിരുന്നു.

അടിച്ചുവാരലില്ലാത്ത ഇരുട്ടുമുറിയിലെ മച്ചിൽ നിറയെ മാറാല. തന്റെ മനസു പോലെ, എത്ര വൃത്തിയാക്കുവാൻ ശ്രമിച്ചാലും നടക്കാത്ത ശ്രമം. മച്ചിൽ വലവിരിച്ച് ഇരയെ ക്ഷമയോടെ കാത്തിരിക്കുന്ന എട്ടുകാലി. കർമ്മ സാഫല്യം തേടിയുള്ള കാത്തിരിപ്പ്. മാർഗ്ഗം കൊലയാണെങ്കിലും അതു വിശപ്പ് എന്ന ലക്ഷ്യത്തെ സാധൂകരിക്കും. പ്രപഞ്ചത്തിലെ ഓരോ അണുക്കളിലും സ്പന്ദിക്കുന്ന നേരായ ജീവിതചര്യ അവർക്കു ദുരയില്ല, ദുർമോഹമില്ല. അടുത്ത ജന്മബന്ധങ്ങളുടെ ഒരു വലിയ വെള്ളമുട്ടയുമായി ഇരുളിൽ ഉറങ്ങാതെ കാത്തിരിക്കുന്നു.

തന്റെ ഉള്ളിലെ ചോരക്കുത്തുങ്ങൾക്കു വിശക്കാതിരിക്കുവാൻ അമ്മച്ചിലന്തി ഉറക്കമിളച്ചിരിക്കുന്നു. കുമാരസ്വാമി ചിലന്തിയേയും നോക്കി മലർന്നു കിടന്നു. മനുഷ്യച്ചൂരിൽ അമ്മച്ചിലന്തി അസ്വസ്ഥയായി. ഏതോ ജന്മബന്ധങ്ങൾ സൃഷ്ടിച്ച മാറാലകൾക്കുള്ളിൽ കുമാരസ്വാമിയുടെ ചിന്തകൾ കുടുങ്ങിക്കിടന്നു.

തൊഴിലാളി യൂണിയനുകൾ പിരിച്ചു വിടണം. അതു വ്യഥാ സൃഷ്ടിക്കുന്ന വ്യാജ ഊർജം നൽകുന്ന സംഘബോധത്തിന്റെ ശൂന്യതയാണ്. ഈ ശൂന്യതയിലാണ് തൊഴിലാളി വർഗ്ഗത്തിന്റെ ഇല്ലായ്മയുടെ കോട്ടകൾ കെട്ടിപ്പെടുക്കുന്നത്. ഈ ശൂന്യതയും വ്യാജ ഊർജ്ജവും തൊഴിലാളികളുടെ ഉല്പാദനശേഷി നശിപ്പിക്കും. തൊഴിലാളിയെ സ്വതന്ത്രനാക്കുക.

യൂണിയനുകൾ തൊഴിൽ സംസ്കാരത്തിനു എതിരാണ്. മാർക്സ് തൊഴിൽസംസ്കാര വിരുദ്ധൻ. ഓർമ്മകളുടെ വാതായനം തുറന്നു കുമാരസ്വാമി. തന്റെ മനം കൊട്ടിയടച്ചു. അതിനുള്ളിലെ ഇരുട്ടിൽ കാലുകൾ നീട്ടി കൈകൾ പിണച്ച് ഒരു ശവം കണക്കേ കിടന്നു. ആത്മഹത്യാബോധത്തിനും ഇനിയും നിറം കെടാത്ത മനസാക്ഷിക്കുമിടയിൽ കുമാരസ്വാമി പിടച്ചു. മെല്ലെ മെല്ലെ കണ്ണുകൾ അടഞ്ഞു.

മിഴികളിലെ കറുപ്പ് ക്രമേണ മാറി അവിടെ ചുവപ്പുകൂടിയേറി നിണനിറമായി പാറി കളിച്ചു. മുദ്രാവാക്യങ്ങളുടെ താളം. വ്യവസ്ഥിതിക്കെതിരേയുള്ള മനംപുരട്ടൽ. ഉരുൾപൊട്ടൽ പോലെ പാഞ്ഞു വരുന്ന മനുഷ്യപ്രളയം. ആ പ്രളയജലം ഉയർന്നുയർന്നു തലക്കുമുകളിലെത്തി ശ്വാസംമുട്ടി. പെട്ടെന്നയാൾ പിടഞ്ഞെണീറ്റു. ദേഹം വല്ലാതെ വെട്ടിവിയർക്കുന്നുണ്ടായിരുന്നു.

പിറ്റേന്നും കിഴക്കിന്റെ കോണിൽ ചുവപ്പുരാശിപടർന്നു. കംപ്യൂട്ടറിലെ, ഇന്നലത്തെ പാർട്ടി പരിപാടി അയാൾ ഒന്നു കൂടി വായിച്ചു.

സ്പിന്നിങ്ങ് മില്ലിനു മുന്നിൽ തൊഴിലാളി സമരം പത്തിന്...

"സഖാവേ കൂലി കൂടുതൽ തന്നില്ലെങ്കിൽ മില്ലിന്റെ പ്രവർത്തനം സ്തംഭിപ്പിക്കണം."

"സ്തംഭനം സ്ഥിരമായി വേണോ?"

സമരത്തിന് തടയിട്ടു സംസാരിച്ചു.

"വേണം. ഞങ്ങൾ തൊഴിലാളികളെ മാനേജുമെന്റിനു പിരിച്ചു വിടാനാവുകയില്ലെല്ലോ."

"പിന്നെ തുണി ഉല്പാദനം..."

"ശമ്പളം നേരാംവണ്ണം കൂട്ടിയിട്ടാകട്ടെ സഖാവേ ഉല്പാദനം."

"അല്ലെങ്കിൽ എന്ത് ഉല്പാദനം."

എരിഞ്ഞു തീരാറായ വില കൂടിയ സിഗരറ്റ് ആഞ്ഞുവലിച്ച് ഒരു പ്രത്യേകരീതിയിൽ പുകയൂതി കോപത്തോടെ യൂണിയൻ നേതാവു തുടർന്നു.

"സഖാവ് ഒരു തരം മൂന്നാം കിട പണി കാണിക്കല്ല്. സമരം ചെയ്താ ഞങ്ങൾ വളർന്നു വന്നേ. കുമാരസ്വാമി സഖാവ് നോക്കീം കണ്ടും സംസാരിക്കണം."

"സഖാക്കൾ ഒരു കാര്യം ചെയ്യണം, ജോലി ചെയ്യണം. കൂലി നമുക്ക് ചർച്ച ചെയ്ത് വാങ്ങാം."

കുമാരസ്വാമി പിന്നേയും ഇടപെട്ടു.

"ആദ്യം കൂലി. പിന്നെ ചർച്ച..."

"അല്ല സഖാവേ ആദ്യം ജോലി, പിന്നെ കൂലി... ചർച്ച..."

കുമാര സ്വാമി അതു തറപ്പിച്ചാണു പറഞ്ഞത്.

"വേണ്ട. ഒരുതരം തന്തയില്ലാ വർത്തമാനമാണിത്."

യൂണിയൻ നേതാക്കൾ പാർട്ടി ഓഫീസിലെ കസേരകൾ ചവിട്ടിത്തൊഴിച്ചിറങ്ങിപ്പോയി.

"കുമാരസ്വാമി സഖാവേ... തൊഴിൽസമരം ഇവിടെ തോറ്റാൽ പാർട്ടി തോല്ക്കും. ഫാക്ടറി പൂട്ടി സമരം അതാണു പാർട്ടിത്തീരുമാനം."

ഫോണിന്റെ മറുതലക്കൽ ബോസായിരുന്നു.

"ക്യാപ്റ്റനെ വിളിക്കട്ടെ."

"വേണ്ട ക്യാപ്റ്റനെ വിളിക്കണ്ട."

കുമാരസ്വാമി പിന്നേയും പാർട്ടി ആഫീസിലെ അകത്തെ മുറിയിൽ ഉറങ്ങി. ഉറക്കം അയാളെ മറ്റെവിടെയൊക്കെയോ കൂട്ടി കൊണ്ടു പോയി.

ക്യാമ്പസിന്റെ പിന്നാംപുറത്തെ പന്തലിച്ച പുന്ന മര ആണലിലെ വലിയവേരുകളിൽ ഒന്നിലിരിക്കുമ്പോൾ സവിത ചോദിച്ചു.

“കുമാറിന്റെ കവിതയിലെ പദാംശങ്ങൾ ചിതയിൽ എരിയുന്ന പോലെയാ.”

സവിതയുടെ കണ്ണുകളിലെ മാസ്മരികതക്കുള്ളിൽ കുമാരസ്വാമിയുടെ മനസുപിടഞ്ഞു.

“ശരിയാണ് സുബ്രഹ്മണ്യദാസിനെപ്പോലെ ജനകീയ സാംസ്കാരിക വേദിയും, നാടുഗദ്ദിയുമായി നടന്നലഞ്ഞ സുബ്രിക്ക് തന്റെ ഉള്ളിൽ എരിയുന്ന സംഘർഷത്തിന് മറുപടി നൽകാനായില്ല.”

ഒരു സത്യാന്വേഷിയുടെ ഉൾവേദന അയാളുടെ മനസിലെ ഒരവയവം പോലെയാണ്.

“എന്തേ ഇങ്ങനെ...”

കുമാരസ്വാമിയുടെ ചോരമണമുള്ള കണ്ണുനീർ സവിതയുടെ കവിളിലൂടെ ഒഴുകി. ശരീരം തളർന്നു മയങ്ങി വീണു

“കുമാർ..” സവിതയുടെ വെപ്രാളം പൂണ്ടുള്ള വിളി കേട്ടയാൾ മെല്ലെ കണ്ണു തുറന്നു പിന്നെ ഏറെ നേരം ആ കിടപ്പുകിടന്നു.

പിന്നീടെപ്പോഴോ അവിടെ നിന്നും നടന്നകന്നു അവിടേയ്ക്കു തിരിച്ചു വരാതെ ലോകത്തിന്റെ വ്യാകുലതകളിലേക്ക് വെറും മനസ്സോടെ അയാൾ ഇറങ്ങി നടന്നു.

ചുട്ടുപൊള്ളുന്ന ഭൂമിയിൽ നിലനില്പിന്റെ ശേഷികൾ നഷ്ടമായി. ഉണങ്ങുന്ന മരംപോലെ പാർട്ടി ഓഫീസിന്റെ വെറും നിലത്തുകിടന്നയാൾ ഓർമ്മകളുടെ തേരിലേറി. എവിടേക്കെന്നില്ലാതൊഴുകി. മനുഷ്യർക്കിടയിൽ നിന്നും ലോകത്തിൽ നിന്നും മോക്ഷരാഹി ത്യത്തിൽ മരിച്ചു പോയ ആത്മാവിന്റെ വേദന ചുമക്കും പോലെ നാടറിയാതെ അയാൾ നടന്നു.

പിന്നീട് എല്ലാം ബോദ്ധ്യങ്ങൾക്കു കീഴടങ്ങുകയായിരുന്നു. സങ്കല്പങ്ങളിലെ ആനന്ദം യാഥാർത്ഥ്യങ്ങളിലില്ല. ജീവിതം മനുഷ്യർക്ക് അങ്ങിനെയാണ്. മനസ് സ്വതന്ത്രമായിട്ടും പൂട്ടപ്പെട്ട ജയിലിലേക്കു സ്വയം നടന്നു കയറുന്ന ജീവിതത്തിന്റെ വിധേയത്വം. ആനന്ദം സ്വയം നിരാകരിക്കുന്ന ജീവിതം.

ഭ്രാന്തമായ ചിന്തകളിലയാൾ ഒരു പൊങ്ങുതടിപോലെ ഒഴുകി.

അടിമത്തം മനസിന് സുരക്ഷിതത്വം നൽകും. അടിമക്ക് മനസു വേണ്ട, ശരീരം മാത്രം മതി. എന്നെ എന്നിൽ കൊന്നിട്ടാൽ അതു ഭക്ഷിക്കുവാൻ എത്തുന്നവർ നിരവധിയാണ്.

“നിന്നിലെ ആത്മാവ് നശിച്ചു കഴിഞ്ഞു. ഇനി ദൈവത്തിനുമാത്രമേ പുനർജ്ജനി സാധ്യമാകൂ... വരൂ... സ്തോത്രം... നിന്നോടൊപ്പം അവനുണ്ട്.”

കൊട്ടാര സദൃശമായ പ്രാർത്ഥനാലയത്തിലെ സുഖലോലുപത

യിൽ കണ്ണടച്ചിരുന്ന കുമാരസ്വാമിയുടെ നെറ്റിയിൽ തൊട്ടു പാസ്റ്റർ വിളിച്ചു.

"ഹേ... കുമാർ ചാമീ..."

കുമാരസ്വാമി ഞെട്ടിയെണീറ്റ് പേരു വിളിച്ച പൗരോഹിത്യത്തിന്റെ ദുരൂഹതകളിലേക്കയാൾ നോക്കിയിരുന്നു.

സൗഖ്യപ്രാർത്ഥനാലയത്തിനു പിന്നിലെ അരമനയിൽ നോട്ടെണ്ണുന്ന തിരക്കിലായിരുന്നു പാസ്റ്ററർമാരപ്പോൾ. അവർ കാര്യമില്ലാതെ ഉറക്കെ ചിരിക്കുന്നുമുണ്ട്.

"ആമേൻ"

ദൈവവിശ്വാസക്കച്ചവടത്തിലെ ലാഭം എണ്ണി അവർ കുന്നുകൂട്ടി. കാശ് എണ്ണി നോക്കി വീതം വച്ച ശേഷം അവർ പിന്നേയും ചിരിക്കുന്നുണ്ടായിരുന്നു. അതയാളെ അസ്വസ്ഥനാക്കിയിരുന്നു. അവിടെനിന്നും അയാളിറങ്ങി. ഒരു അവധൂതനെപ്പോലെ...

പിന്നെ എപ്പോഴോ പാർട്ടി ഓഫിസിന്റെ വരാന്തയിലെ ചെറുവെളിച്ചത്തിലേക്കു നടന്നു കയറിയത്.

പാർട്ടി ഓഫീസിൽ പലരും വന്നുപോയെങ്കിലും കുമാരസ്വാമി അതൊന്നും അറിഞ്ഞിരുന്നില്ല. അയാൾ ഓഫീസിന്റെ തറയിൽ സുഷുപ്തിയിലായിരുന്നു.

അവരിലൊരാൾ കുമാരസ്വാമിയെ കൊട്ടിയുണർത്തി. ഗതകാലസ്മരണകളിൽ ഒരു പൊങ്ങുതടി പോലെ ഒഴുകുകയായിരുന്ന അയാൾ ഒരു മാത്ര സ്ഥലകാലഭ്രമത്തിൻ നിന്നു മുക്തനാകാനെടുത്തു. ചുറ്റും നോക്കി.

"സഖാവെ നേരം ഇരുട്ടി."

സ്പിന്നിങ് മിൽ സമരചർച്ച പാരാജയമായി. ചർച്ചയിൽ എപ്പോഴും അവരുടെ സുരക്ഷിതത്വം ഉറപ്പാക്കിയായിരുന്നു. ചെസ്സിലെ കരുകൾ നീക്കുന്നതു പോലെ.

"നിങ്ങൾ കരുക്കളാണ്. നിന്നു കൊടുക്കരുത്... ഒറ്റും."

കുമാരസ്വാമി പറഞ്ഞത് എന്താണെന്നു തൊഴിലാളി സഖാക്കൾക്കു മനസിലായില്ല. അവർ അയാളുടെ മുഖത്തേക്കു നോക്കി. കുമാരസ്വാമിയും. തൊഴിലാളികളുടെ കണ്ണിൽ പ്രാരാബ്ധങ്ങളുടെ നിഴലുകൾ അയാൾ വ്യക്തമായിക്കണ്ടു.

കുമാരസ്വാമി മേശപ്പുറത്തു കത്തിനിന്ന വിളക്കിന്റെ തിരി നാളം അല്പം താഴ്ത്തി അവിടെയാകെ മങ്ങിയവെളിച്ചം പരന്നു. ആ വെളിച്ചത്തിൽ അയാളുടെ മുഖം തൊലി വാർന്നുപോയി രക്തയോട്ടം നിലച്ച തലയോട്ടുപോലെ തോന്നി.

"സമരത്തിൽ നിന്നും ഒരിഞ്ചു പിന്നോട്ടില്ല," തൊഴിലാളി

നേതാവു പറഞ്ഞു.

കുമാരസ്വാമി കൂട്ടിച്ചേർക്കുന്നതുപോലെ പറഞ്ഞു.

“ജീവിതം എത്ര പിന്നോട്ടു പോയാലും.”

“മൊത്തം തൊഴിലാളികളിൽ പത്തു ശതമാനം മാനേജു മെന്റാണ്. മാനേജുമെന്റ് തൊഴിലാളി വർഗ്ഗമാണോ? അതോ തൊഴിലാളികൾക്കിടയിൽത്തന്നെ മറ്റേതെങ്കിലും അറിയപ്പെടാത്ത വർഗ്ഗമുണ്ടോ? അവർക്കു ലക്ഷങ്ങൾ ശമ്പളം മുടക്കങ്ങളാതെ കിട്ടുന്നു. ഞങ്ങളുടെ ജോലിക്ക് അവർക്കു ലക്ഷങ്ങൾ... ഇതെവിടുത്തെ സോഷ്യലിസമാ സഖാവേ?”

വളരെ ക്ഷോഭിതനായാണിതു ചോദിച്ചത്.

സൗമ്യമായും താഴ്ന്ന സ്വരത്തിലും കുമാരസ്വാമി പ്രതികരിച്ചു.

“എനിക്കൊന്നു മനസിലാകുന്നില്ല സഖാവേ പാർട്ടി പറയുന്നത് അനുസരിക്കുക.”

മറുത്തൊന്നും പറയാനില്ലാതെ തൊഴിലാളികൾ ഓഫീസിന്റെ പടിയിറങ്ങുന്നതും നോക്കി അയാളിരുന്നു.

ഡൽഹി പാർട്ടി ഓഫീസിൽ യോഗം.

ആയിരത്തി തൊള്ളായിരത്തി അൻപത്തിയേഴിൽ കേരളത്തിന്റെ കടം മുപ്പത്തിനാലു കോടി രൂപ മാത്രമായിരുന്നു. ഇന്നത് 3.3 കോടി കോടിയായി വളർന്നു. ഇതിനൊക്കെ സഖാവ് മറുപടി പറയണം. ഇതിനേക്കാളും മോശമാണ് ബീഹാറും ആന്ധ്രയും തമിഴകവുമൊക്ക. എന്നാൽ ആകെ വരുമാനത്തിന്റെ ഇരുപത്തിയഞ്ചു ശതമാനം മാത്രമേ കടം വാങ്ങിച്ചിട്ടുള്ളു എന്നോർക്കണം.

“എന്താണു ചെയേണ്ടത്.”

“എന്താണ് ചെയ്യേണ്ടത് ചർച്ച വേണം. റവന്യൂ വരുമാനത്തിന്റെ പല ശ്രോതസുകളും അടഞ്ഞു പോയിയ അതിലൊന്നു വനത്തിൽ നിന്നുള്ള വരുമാനമായിരുന്നു.”

“ഒരു മാസത്തെ ശമ്പളം കൊടുക്കുവാൻ തന്നെ നമുക്ക് ഏകദേശം രണ്ടായിരത്തിയഞ്ഞൂറു കോടിയോളം വേണം. ഏഷ്യൻ ഡവലപ്പുമെന്റ് ബാങ്കിൽ നിന്നും കടമെടുത്തപ്പോൾ അവരെ നാം അവഹേളിക്കുകയല്ലായിരുന്നോ. സലിഗേറ്റ് വന്നപ്പോൾ കരിയോയിൽ ഒഴിക്കാനും ചെരുപ്പുമാലയിടീക്കാനുമല്ലേ നമ്മൾ യുവക്കള ആഹ്വാനം ചെയ്തത്. ഇത്തരം കടമെടുപ്പിനു സഹായിക്കുന്ന ഉദ്യോഗസ്ഥരെ ചെരുപ്പൂരിയടിക്കുമെന്നല്ലേ നമ്മുടെ മുതിർന്ന നേതാവു പറഞ്ഞത്. അന്നദ്ദേഹം പ്രതിപക്ഷനേതാവായിരുന്നു. എ സി ബി പോലുള്ള ഏജൻസികളിൽ നിന്നും കേന്ദ്ര സർക്കാർ വഴി കടമെടുന്നതുപോലും സംസ്ഥാനത്തെ സാമ്രാജ്യത്വ ശക്തികൾക്ക് പണയം

വെക്കലാണന്നല്ലെ വലിയ വായിൽ ഘോഷിച്ചത് പാർട്ടി പ്രതിനിധിയായിരുന്ന ഇന്നെത്തെ ക്യാപ്റ്റൻ തന്നെയല്ലേ..."

അവിടെ സംസാരം മുട്ടി.

പിന്നേയും സംസ്ഥാന സെക്രട്ടേറിയേറ്റിൽ യോഗത്തോടു യോഗം. സഖാക്കൾ ഇല്ലാപ്പണം ഉണ്ടാക്കാനുള്ള ശ്രമമാണു ക്യാപ്റ്റനു മുന്നിൽ.

ബോസിനു വെറി പിടിച്ചു.

"പാർട്ടി ഇലക്ഷനു മത്സരിക്കുമ്പോൾ എവിടെ നിന്നിറക്കും കോടികൾ. പോളിറ്റ് ബ്യൂറോയ്ക്ക് എന്നാ കമ്മട്ടമുണ്ടോ? ഒരു എം എൽ എ ജയിപ്പിച്ചെടുക്കാൻ കോടികളുടെ കണക്ക് ഏതു ബ്യൂറോയിൽ അവതരിപ്പിക്കും?"

പൊതുമേഖലാ സ്ഥാപനങ്ങളും ഊർജ്ജ സ്രോതസുകളും ഇപ്പോൾ മരവിപ്പിലാണ്, അല്ല മരിച്ചനിലയിലാണ്. അവയ്ക്കു പുനർജീവൻ നൽകി ചലിപ്പിക്കണം. സഖാക്കൾക്കിടയിലെ കാശുള്ളവർ അവരുടെ കോൺടാക്ട് ലിസ്റ്റു തരട്ടെ. നോക്കാം.

ബോസ് മേശയിൽ തട്ടി ഉറക്കെ പറഞ്ഞു.

പൊതുമേഖല വില്ക്കണം എന്നു പറയണം.

വില്പനയല്ല...

റവന്യൂ നിയമമനുസരിച്ച് കൺസോർഷ്യത്തെ ക്ഷണിച്ച് തൊണ്ണൂറ്റൊൻപതുവർഷത്തേക്കു പാട്ടം. സ്വത്ത് പൊതുമേഖലയിൽനിന്നു വിട്ടുപോകുന്നുമില്ല. കൈകാര്യം ചെയ്യുന്നതു വൻ കിടകമ്പനികൾ. ലാഭവിഹിതം സർക്കാരിനും.

ബോസ് പ്ലാൻ വ്യക്തമാക്കി. ഒന്നമർന്നിരുന്ന് എല്ലാവരേയും ഒന്നു പാളിനോക്കി.

"വിൽക്കണം. അല്ലെങ്കിൽ പ്രതിപക്ഷം വിറ്റ് ലാഭം കൊണ്ടുപോകും. ആദ്യം നമ്മളായിരിക്കണം കേരളം വിൽക്കാൻ"

"അനാവശ്യം പറയരുത്."

ഒരു താക്കീതു പോലെ പറത്ത് ഉദ്ദേശത്തിന്റെ വിവരണം തുടർന്നു

"കേരളം വിലക്കണമെന്നു പറയരുത്. അത് ഹിഡൺ അജണ്ടയായിരിക്കണം. മരവിച്ചു കിടക്കുന്ന പൊതുമേഖലയെ പുനരുജ്ജീവിപ്പിക്കാൻ സ്വകാര്യ പങ്കാളിത്വം... സ്വകാര്യ പങ്കാളിത്തം."

കേട്ടിരുന്ന കുമാരസ്വാമി അസഹിഷ്ണുത പ്രകടിപ്പിച്ചു.

അയാളുടെ ആത്മാവ് സ്വയംനശിക്കുന്ന പുരോഗമനവാദത്തിനു എതിരായിരുന്നുവെങ്കിലും വ്രണിതമനസുമായി പാർട്ടി ഓഫീസിലെ ചപ്പുചവറുകൾ വാരിക്കൂട്ടിയിട്ടിരിക്കുന്ന ഇരുണ്ട

മുറിയിൽ പിന്നെയും രാപ്പാർത്തുകൊണ്ടിരുന്നു.

വികസനം താഴേത്തട്ടിൽ വേണം. നശിക്കുന്ന പുരോഗമനവാദത്തിനു തൊലിപ്പുറമെയുള്ള ചികിത്സ കാപട്യമാണ്.

"തുറമുഖം വില്ക്കണം. അല്ല കാരാറു നൽകണം. സർക്കാരിനു ലാഭത്തിന്റെ പത്തു ശതമാനം കമ്മീഷൻ. പാറപൊട്ടിച്ച് പുലിമുട്ട് കെട്ടണം. തദ്ദേശവാസികൾക്കു സർക്കാർ വക കൂടുതൽ റേഷനരി. പുരോഹിത ഏജന്റുമാർക്കും കമ്മീഷനിൽ ഓഹരി."

"ജനം എതിർക്കത്തില്ലേ..."

"മാദ്ധ്യമങ്ങൾ ചിന്തിച്ച് ജനത്തിനു കൊടുക്കും. മനസു തുറന്ന് മാദ്ധ്യമങ്ങൾക്കു വാരിക്കോരി പരസ്യങ്ങൾ കൊടുത്താമതി."

"മഹാഭാരതത്തിലെ ഉടുക്കുവിദ്യ. നപുംസകത്തെ മുൻനിർത്തി ഭീഷ്മരെന്ന അജയ്യനെ വിഴ്ത്തിയ പോലെ."

ബോസ് പൊട്ടിച്ചിരിച്ചു.

വായിൽ നിന്നും തെറിച്ചുവീണ തുപ്പൽ തുടച്ച് കമ്മറ്റിക്കാർ പാർട്ടി ഓഫീസിലെ ശീതീകരിച്ച ഹാളിലിരുന്നു സോറ പറഞ്ഞു.

ലോകത്തിൽ തന്നെ മാതൃകയായ കേരളാ മോഡലിന്റെ പരിണാമദർശനം കുമാരസ്വാമിയുടെ ചിന്തകളേയും ശരീരത്തേയും ബാധിച്ചു. ആ ചുക്കിച്ചുളുകളിലയാൾ ശ്വാസത്തിനായി പിടഞ്ഞു. ദാർശനികചർച്ച ഉള്ളിലെ ചിന്താധാരയെ ക്യാൻസർ പോലെ വൃഥാ നശിപ്പിച്ചു കൊണ്ടിരുന്നു.

പാർട്ടി ആസ്ഥാനം നവീകരിക്കപ്പെട്ടു. ശീതീകരിച്ച നിരവധി നിലകളുള്ള കെട്ടിടം ആർക്കും നശിപ്പിക്കുവാനവാത്തവിധം മാനം മുട്ടെ ഉയർന്നുനിന്നു. ശത്രുക്കളുടെ ഒളിനീക്കങ്ങൾ പാർട്ടി ക്യാമറാകണ്ണുകളിലൂടെ പിടിച്ചെടുത്ത് നശിപ്പിച്ചുകൊണ്ടിരുന്നു. ആശയം പാർട്ടിയെ മൂന്നും നാലുമൊക്കെയായി പിളർത്തിയെങ്കിലും അധികാരം പിടിച്ചെടുക്കുന്ന ഉത്സവം വരുമ്പോൾ പാർട്ടിക്കാരെല്ലാവരും പറമ്പിലെ കളിക്കെത്തും. നാട്ടുകാരെ കാഴ്ചക്കാരാക്കിയുള്ള തിരഞ്ഞെടുപ്പു പകിടകളിയിൽ അവർ മാറി മാറി വിജയിച്ചു. ജയിച്ചവർ വികസനത്തിന്റെ മുടിയേറ്റം നടത്തി ഉറഞ്ഞുതുള്ളി. വാത്തികൾ മാറി മാറി വന്നതല്ലാതെ നിലനിൽപ്പോരിന്നു മാറ്റമുണ്ടായില്ല. മാറി മാറി വരുന്ന ദാരികവധം കണ്ട് ജനങ്ങൾ ആർത്തു ചിരിച്ചു.

പൊതുമേഖലാസ്ഥാപനങ്ങൾ കരാർ വ്യവസ്ഥയിൽ മേലാദായത്തിനു കൊടുത്തു. സഹകരണസംഘങ്ങളും സർവ്വകലാശാലകളും പാർട്ടിക്ക് അട്ടിപ്പവകാശമാക്കി. രണ്ടും മുതൽ മുടക്കില്ലാത്ത നിക്ഷേപങ്ങളാണ്. എപ്പോൾ വേണേലും കോടികൾ ഊറ്റിയെടുക്കാം. കേന്ദ്രാനുമതിയും കടമെടുപ്പുമില്ലാതെ കോടികൾ കുത്തിയൊഴുകി.

നിലപാടുകൾ കീഴ്ഘടകങ്ങളിലെത്തി. അണികൾ നേതാക്കന്മാരുടെ ദുർമേദസ്സ് ഊറ്റിക്കുടിച്ച് തടിച്ചു കൊഴുത്തു. പ്രളയകാലത്തു പോലും വിദേശദുരിതാശ്വാസപ്പണം പാർട്ടിക്ക് നിഷേധിച്ച കേന്ദ്രം അതേ നാണയത്തിൽ തിരിച്ചു കിട്ടി.

ക്യാപ്റ്റൻ സുഖത്തിന്റെ ആധിക്യത്താലോ ശീതീകരണ സുഖത്തിനാലോ കസേരയിലിരിന്നുറങ്ങിപ്പോയി.

ഒന്നു കൊണ്ടും പേടിക്കണ്ട എല്ലാത്തിനും ഞങ്ങളുണ്ട്.

സ്വപ്നത്തിലെന്നപോലെ ഉറക്കത്തിൽ പറഞ്ഞു കൊണ്ട് പിന്നേയും കസേരയിലിരുന്നു മയങ്ങിയുറങ്ങി.

ചാനൽ ചർച്ചകൾ കേട്ട് ജനം പുളകിതരായി. എല്ലാം അരാചകത്വത്തിൽ മുങ്ങിയപ്പോൾ സത്യസന്ധമായതേത് അരാചകത്വമേത് എന്നറിയാതെ ജനം കുഴങ്ങി. അതുകൊണ്ട് സത്യസന്ധതയോടെയാണ് അരാചകത്വം വിളമ്പിയത്. ഭരണം ജനങ്ങൾക്ക് ഹരം പകരുന്ന ചാക്യാർ കൂത്തായി.

കേരളം ഊഷ്മളതയും പാരമ്പര്യസ്നേഹാമൃതവും വിട്ടൊഴിഞ്ഞ് സങ്കുചിതത്വത്തിലേക്കു മാറി.

വ്യക്തിയും സമൂഹവും കുടുംബവും എന്തിനേറെ രാഷ്ട്രവും രാഷ്ട്രീയക്കാരും പകിടകളിയിലെ കരുക്കളായി. സമർത്ഥമായ കരുനീക്കമറിയുന്നവർ ഭാവി നിർണ്ണയിക്കുന്നവരായി. തൊഴിലിനു മഹത്വമുണ്ടായിരുന്ന കാലം അസ്തമിച്ചു. തൊഴിലെടുക്കാത്തവരെ പൂജിക്കുന്ന കാലമായി. അധ്വാനിച്ചു വിയർപ്പൊഴുക്കി തൊഴിലെടുക്കുന്നവർ മൂന്നാംകിടക്കാരായി. വിദേശരാജ്യങ്ങളിൽ പോയി പകലോ രാത്രിയോയെന്നില്ലാതെ പണിയെടുത്ത് നാട്ടിലെത്തി തൊഴിലെടുക്കാത്തവനെന്നുഭാവിച്ച് സമൂഹത്തിൽ ഒന്നാംകിടക്കാരായി.

തൊഴിലെടുക്കാത്തവൻ ദൈവത്തെ കാണിച്ച് പണം പിരിച്ചു. അവർക്കു പണം നൽകുവാൻ അഭ്യസ്തവിദ്യരായവർ പോലും മത്സരിച്ചു. അവരുടെ ഏജന്റുമാർ നാടെങ്ങും നടന്നു ദൈവത്തിനായി പണം പിരിച്ചു സുഖലോലുപ ജീവിതം നയിച്ചപ്പോൾ ദൈവം ആരുടേയും സഹായത്തിനെത്താതെയായി. അങ്ങിനെ ദൈവത്തിന്റെ സ്വന്തം നാട് ദൈവമില്ലാത്ത നാടായി. രാജ്യത്തെ ഭരണഘടന പാർട്ടി ഭരണഘടനയായി.

"ഹിന്ദുരാഷ്ട്രം ഋഷിപ്രോക്തരാഷ്ട്രം" കാര്യാലയം മന്നിച്ചു.

"മുസ്ലീം രാജ്യമാകണം. ലോകം മുഴുവൻ മുസ്ലിം കോയ്മയാണ്."

"ക്രിസ്ത്യാനികളും പിന്നോട്ടല്ല."

"മുസ്ലിംങ്ങളെ പൗരരായി കണക്കാക്കാതെ പ്രത്യേക സെൻസസ് എടുത്ത് ഭാവിയിൽ പാക്കിസ്ഥാൻ പോലെ, ബംഗ്ലാദേശുപോലെ പ്ര

ത്യേക സംസ്ഥാനമുണ്ടാക്കി അവിടേക്കു തള്ളണം.പിന്നെ ഹിന്ദു സ്വതന്ത്രർ."

ആശയ പോരാട്ടത്തിൽ അനേകർ ചത്തൊടുങ്ങി. മതങ്ങൾക്കു വേണ്ടി ബലിദാനം ചെയ്തവരെപ്പോലും മതങ്ങൾ സംരക്ഷിച്ചില്ല. മാത്രമല്ല ബലിദാതാക്കൾ ദൈവത്തിന്റെ അനിഷ്ടപുത്രന്മാരുമായി.

"ഇതെന്താ സഖാവേ ഇങ്ങനെ..."

അനീതിക്കെതിരെ കുറച്ചു പേരുടെയെങ്കിലും ചുഴറ്റിയ നാവു പിഴുതെടുക്കപ്പെട്ടു. യു എ പി ഇറക്കണം. രാജ്യദ്രോഹികൾക്ക് വിചാരണയില്ലാത്തടവ്.

പാർട്ടി ഓഫീസ് പിന്നേയും സജീവമായി.

സഖാക്കൾ കുടുംബകാര്യങ്ങൾ സാധിക്കുവാൻ ഓഫീസിലെത്തി. ഏരിയകമ്മിറ്റിയുടേയും ജില്ലാകമ്മിറ്റിയുടേയുമൊക്കെ കത്തുകൾ നാടു ഭരിച്ചു. ഇത്തരം അഭിനവവിപ്ലവം കുമാരസ്വാമിക്കു ശരീരത്തിലെ മുഴപോലെ ദിനംപ്രതി വളർന്നു വേദനിച്ചു. സ്വാതന്ത്ര്യം സമത്വം സാഹോദര്യം... പാർട്ടിയിലേക്കു കടമെടുത്ത പദങ്ങളുടെ ശൂന്യതയിൽപ്പെട്ട് അയാളുടെ ശരീരവും മനസും ക്ഷീണിച്ചില്ലാതെയായ അവസ്ഥയിലെത്തി.

വിപ്ലവാഗ്നി കത്തിയെറിയുന്ന ആ കണ്ണുകളിൽ നിന്നും ചെങ്കൊടിയുടെ നിറമുള്ള ചോര കിനിഞ്ഞിറങ്ങി. നാവു വരണ്ടുണങ്ങി. ഞരമ്പുകളിലോടിയിരുന്ന ചോര കട്ടപിടിച്ചു. ഹൃദയത്തിനു താങ്ങാനാവാത്ത ആ വ്യഥ ഞരമ്പുകളിൽ കുടുങ്ങി ശ്വാസം വലിക്കുവാനാകാതെ വിർപ്പുമുട്ടലനുഭവപ്പെട്ടു.

ഇരുട്ട് ഉരുൾപൊട്ടിയൊലിച്ചുവരുന്ന വലിയ പാറകെട്ടുപോലെ കുമാരസ്വാമി കിടന്ന മുറിയാകെ നിറഞ്ഞു.

പിറ്റേന്നു പ്രഭാതത്തിൽ പാർട്ടി ഓഫീസിലെ മച്ചിൽ നിന്നും കുരുക്കുള്ള കയർ താഴേക്കു വലിഞ്ഞു നിന്നു. കുമാരസ്വാമിയുടെ നിലത്തു സ്പർശിക്കാത്ത പെരുവിരൽ കാറ്റിലിളകിയാടി.

ശവംതീനിയെറുമ്പുകൾ ജാഥയായി മച്ചിൽ നിന്നും കയറിലൂടെ ഇറങ്ങി വന്നു കൊണ്ടിരുന്നു. പുറത്തേക്കു തുറന്നു കിടന്ന ജനലിനപ്പുറം സഖാക്കൾ കൂട്ടമായി ആ രംഗം വീക്ഷിച്ചു നിന്നു.

പാർട്ടി ഓഫീസിനു പിന്നാംപുറത്തെ പന്തലിച്ച വാകമരക്കൊമ്പിലൊരു ചങ്ങാലിപ്പക്ഷി ഏകനായി വിദൂരതയിലേക്കുറ്റു നോക്കിയിരിക്കുന്നു.

ശവദാഹം നടക്കെ സഖാക്കൾ ഒന്നടങ്കം മുഷ്ടിചുരുട്ടി ആകാശത്തിലിടിച്ചു വിലാപം പോലെ തൊണ്ടപൊട്ടുമാറുച്ചത്തിൽ വിളിച്ചു.

"ഈങ്കുലാബ്... സിന്ദാബാദ്..."

8

"പഠിച്ച് രക്ഷപെടാൻ നോക്ക്..."

കഷ്ടപ്പാടുകളിൽ ഉഴറുമ്പോൾ അമ്മയുടെ വാക്കുകൾ ഉൾ സ്നേഹത്തെ പുറംതള്ളി പ്രാക്കായി പുറത്തേക്കൊഴുകും.

താൻ പോയാൻ അമ്മ തനിച്ചാകും.

ഓടു മേഞ്ഞ ആ വലിയ വീട്ടിൽ അമ്മ തനിച്ചാകും. ആരുമി ല്ലാതെ വിക്ടർ അമ്മെ നോക്കി.

ബന്ധുക്കളുടെ സഹായത്തോടെ അമ്മയെ വൃദ്ധസദനത്തി ലെത്തിച്ചു. ജന്മബന്ധങ്ങളുടെ മാറാല പിടിച്ച അദ്ധ്യായം പോലെ അമ്മയും മകനും അന്യരായി.

ജീവിതം അതങ്ങനെയാണ്. സൗഭാഗ്യമുള്ള ഓർമ്മകളുള്ള തെ ളിനീരിൽ കുളിച്ചു വളർന്ന ജീവിതം പിന്നീട് വറ്റിയ അരുവിയിൽ മുങ്ങി കുളിക്കുവാനായുള്ള മോഹമായി മാറും. അനുഭവ ങ്ങളെ ല്ലാം ഒഴുകി മാറുമ്പോൾ ഓർമ്മകളില്ലാത്ത വെറും ശൂന്യതയായി മാറും. രക്ഷപെടുവാനുള്ള വെപ്രാളത്തിൽ ഉൾബോധത്തിൽ ഓർ മ്മിക്കുവനാകാത്ത നോവാകും. ഉള്ളിൽ തിളങ്ങുന്ന മോഹങ്ങളു മായി പുറമെ ജീവിതം അങ്ങവസാനിക്കും.

മറിയം ഒരാൺകുത്തിനു ജന്മം നൽകി വളർത്തിയെങ്കിലും അതൊരു അശരീരി പോലെ വന്നു മറയുന്ന ആൾരൂപമായി. ശ്മ ശാനത്തിൽ അന്ത്യചുംബനം നൽകുവാൻ ആരുമില്ലാതെ ആ ജന്മം ഇല്ലാതായി.

പിന്നെപ്പോഴോ നാട്ടിലെത്തിയ വിക്ടറെ ഒറ്റയാൾ ജീവിതത്തിനു വിരാമമിടുവിക്കുവാൻ ബന്ധുക്കളും നാട്ടുകാരും ചേർന്നു വിവാഹം കഴിപ്പിച്ചു. വിശപ്പും ദാഹവും ഒറ്റക്കറിഞ്ഞാൽ പോരെന്നായപ്പോൾ ഫയലിൽ ഉറങ്ങിയിരുന്ന ഡിഗ്രി സർട്ടിഫിക്കറ്റുകളുമായി അയാൾ ഓഫീസുകൾ കയറിയിറങ്ങുവാൻ തുടങ്ങി.

ഇന്റർവ്യൂവിനായി വിക്ടർ തന്റെ അക്കാഡമിക്കൽ പോസ്റ്റു ഗ്രാ ജുവേഷൻ സർട്ടിഫിക്കറ്റുകളുമായി തന്റെ ഊഴവും കാത്ത് കമ്പനി എംഡിയുടെ ക്യാബിനു വെളിയിൽ ഉദ്യോഗാർത്ഥികൾക്കായി ഇട്ടി രുന്ന കസേരകളിലൊന്നിൽ കാത്തിരിക്കുവാൻ തുടങ്ങിയിട്ട് സമ യമേറെയായി. ഇതിനിടക്ക് ഒരു പ്യൂൺ വന്ന് അവനെ നോക്കിമട

ങ്ങി. കാത്തിരുപ്പു നീണ്ടു. ആ മുറി യുടെ ഇടനാഴിയിൽ അരിച്ചരിച്ച് ഇരുളെത്തി.

അന്നത്തെ മാനസിക സംഘർഷത്തിനയവുവരുത്താന്നായി ഇരുകൈകളും തലക്കുപിറികിലാക്കി മുഷിഞ്ഞ കിടക്കയിൽ അയാൾ മലർന്നു കിടന്നു. ആ നേരമാണ് രാമൻ ഏജന്റ് പറഞ്ഞ കാര്യം കാതുകളിൽ പ്രതിധ്വനിച്ചത്.

"ഒരു നാലു ലക്ഷം ഉണ്ടാക്കാമെങ്കിൽ വിദേശത്തു ഞാൻ ജോലി ശരിയാക്കിത്തരാം."

വീണ്ടും ഉപരിപഠനത്തിനു പണമില്ലാഞ്ഞു പഠിത്തം മതിയാക്കിയ വിക്ടറിനോടു ഭാര്യ രമ്യ പറയുമായിരുന്നു.

"പഠിച്ച വിദ്യ ഇവിടെത്തന്നെ തുടർജോലിയായി ലഭിക്കുന്ന സമ്പ്രദായം വന്നാലേ കേരളത്തിൽ വിദ്യാഭ്യാസം കൊണ്ടു പ്രയോജനമുണ്ടാകൂ. കേരളിയർ കഠിനമായി ജോലി ചെയ്യുവാനും ബുദ്ധിയുമുള്ളവരാണ്. അവർക്കു വിദേശ തൊഴിലാളി മാർക്കറ്റിൽപ്രിയം കൂടും നിങ്ങൾ കേരളം വിടാൻ നോക്ക്."

വിദ്യാഭ്യാസമുണ്ടോ അതു വിദേശത്ത് വിറ്റ് അത് നാട്ടിലെ ബാങ്കുകളിൽ ഫിക്സഡ് ഡിപ്പോസിറ്റാക്കാം. ഇന്റർവ്യൂവെന്ന പ്രഹസനത്തിലും ഭേദം നാടുവിടുന്നതാണ്. വിക്ടർ പിന്നെയൊന്നും ആലോചിച്ചില്ല, വിമാനം കയറി.

സൂര്യൻ പതിവുപോലെ ഉദിക്കുകയും അസ്തമിക്കുകയും കാലവർഷവും വെയിലും മഞ്ഞുമൊക്കെ മാറിമാറി വന്നും പോയി. വർഷങ്ങളുടെ ഇടവേളയ്ക്കുശേഷം വിക്ടർ ജന്മനാട്ടിൽ തിരിച്ചെത്തിയപ്പോൾ അത്ഭുതപരതന്ത്രനായി. പഴയ നാട്ടുവഴികളില്ല. വഴിയോരത്തെ ചോലമരങ്ങളില്ല. മാനത്തുകണ്ണികൾ ഓടി നടന്നിരുന്ന നീർച്ചാലുകളില്ല. പകരം അഴുക്കുകലർന്ന കറുത്ത ജലം പ്ലാസ്റ്റിക് കുപ്പികളുട ചുമടുമേന്തി സാവധാനം ഒഴുകുന്നു. വീട്ടിലെ വഴക്കു ശകാരമഴയായി പെയ്തിറങ്ങുമ്പോൾ ഓടിപ്പോയി കയറാറുള്ള അമ്മിണിച്ചേച്ചിയുടെ ചെറിയ വീടില്ല. എല്ലാം ഏതോ വലിയ കൊട്ടാരക്കെട്ടിനുള്ളിലായി.

"അയ്യപ്പണ്ണാ..."

കേട്ടു മറന്ന ശബ്ദം അയ്യപ്പൻ തിരിച്ചറിഞ്ഞു. അവരെ നോക്കി വിക്റ്റർ ചിരിച്ചു. മറുചിരി സമ്മാനിക്കുവാൻ അയ്യപ്പൻ മറന്നു.

തമ്മിലറിയാത്ത ശൂന്യതയിലലിഞ്ഞു തിരിയുന്ന കുമിളകളായി അയ്യപ്പനും വിക്ടറും. അവർക്കിടയിലെ കരുതൽ ചോർന്നുപോയി. അയ്യപ്പനും വിക്ടറും വെറും രണ്ടു വ്യക്തികളായി മാറി. മാറിയ കേരളത്തിന്റെ മുഖമായിരുന്നു അയ്യപ്പൻ. പുതിയ കേരളം ഇവിടെ എല്ലാം

മാറുകയാണ്. അയാൾ കാഴ്ചക്കാരനായി നോക്കിനിന്നു.

ഓർത്തുനിന്ന അയാളിലേക്കാ പഴയ ഓർമ്മ ഓടിയെത്തി. “സർഗൂസ്...” മെലിഞ്ഞ ശരീരമുള്ള, എപ്പോഴും മുഖത്ത് വാടി വീഴാറായി നില്ക്കുന്ന ദൈന്യഭാവമുള്ള വലിയ നിക്കറും ചെറിയ കുപ്പായവുമിട്ട ഇവനെ മറ്റു കുട്ടികളിൽ നിന്നും വ്യത്യസ്ഥനാക്കിയിരുന്നു.

വിക്ടർ വിദ്യാഭ്യാസകാലത്തിന്റെ ഓർമ്മകളിലൂടെ ഊളിയിട്ടു നടന്നു.

കണക്കുപരീക്ഷയിൽ തോറ്റതിന് അദ്ധ്യാപകൻ അവനെ ആവോളവും തല്ലി. ശരീരത്തെയല്ല അവന്റെ മനസിനെയായിരുന്നു അതു മുറിവേല്പിച്ചത്. പിന്നീടവൻ സ്കൂളിലേക്കുവന്നിട്ടില്ല. പുസ്തകസഞ്ചിയുമായി സ്കൂളിലേക്കെന്ന പറഞ്ഞിറങ്ങിയാൽ നേരെ കുട്ടൻകുത്തി മലയുടെ നെറുകയിലേക്കാകും പോവുക.

അവിടെ തന്നെ കളിയാക്കാനും തല്ലാനും ആരുമില്ലെല്ലോയെന്ന സുരക്ഷിതത്വം ആ മലമുകളിലേ ഏകാന്തതയിലേക്കവനെ ആകർഷിച്ചു. പുസ്തകസഞ്ചി മലഞ്ചുവട്ടിലെ പറങ്കിമാവി ന്റെ കൊമ്പത്തു തൂങ്ങിയാടി. മലമുകളിലെ അത്തിപ്പഴവും പാണപ്പഴങ്ങളും ഉള്ളാത്തിയും ഞാവൽക്കായയുമൊക്കെ യഥേഷ്ടം ഭക്ഷിച്ചു.

മലയിറങ്ങുമ്പോൾ കണ്ട ദൃശ്യം സർഗൂസിനെ ഞെട്ടിച്ചുകളഞ്ഞു. ഒരു മാവിൻ കൊമ്പിൽ നിന്നും തറയിൽ വീണ്ടുകിടക്കുന്ന സഞ്ചിയിലെ പുസ്തകങ്ങളിലെ അറിവുകളെല്ലാം ഒരു പശു ആർത്തിയോടെ തിന്നുന്നു.

“പശൂ...”

അതൊരു നിലവിളിയായിരുന്നു. അവനോടിയടുത്തപ്പോഴേക്കും പശു പുസ്തകങ്ങൾ മുഴുവനും ഭക്ഷിച്ച് ചാണകവുമിട്ട് അവിടുന്നു നടന്നകന്നു. പിന്നീടവനാ വഴിയും പോയിട്ടില്ല.

വെറുതേ മനസിലേക്കോടിക്കയറിയ ഗതകാലചിന്ത ഒരു നെടുവീർപ്പുതിർത്ത വിക്ടർ ചിന്തിച്ചു. സർഗൂസ് ഇന്ന് എവിടെയെങ്കിലും കഴിയുന്നുണ്ടാകും. അവനേ കുറിച്ചാരോടു ചോദിക്കാൻ. ജീവിതത്തിൽ നമുക്കേറെ പ്രിയപ്പെട്ടവർ പലരും മനുഷ്യസാഗരത്തിൽ ഒഴുകുന്നുണ്ടായിരിക്കും. നമ്മുടെ കണ്ണിൽ ഒരിക്കലും പെടാതെ ചിലപ്പോൾ നമ്മുടെ കൺമുന്നിലൂടേയും നാമറിയാതെ പോയിയെന്നിരിക്കും. പരിചിതരല്ലാത്ത ചിലരെക്കാണുമ്പോൾ മനസ്സ് അറിയാതെ വിങ്ങുകയോ സന്തോഷിക്കുകയോ ആകും. പൂർവ്വകാല സ്മൃതികൾ പരസ്പര്യങ്ങളിലൂടെ ഇഴചേരും. അതാണു ജീവിതം.

കേരളം മാറുന്നതു വിക്ടർ കണ്ടു.

“മാറണം. അള്ളാഹുവാണ് ഭൂമിയേ സൃഷ്ടിച്ചത്. അള്ളാഹുവിൽ തന്നെ അതു ലയിക്കണം.”

മദ്രസയുടെ പിന്നിലുള്ള മുറിയിൽ വെള്ളവസ്ത്രധാരികളായ അവർ ഇരുന്നു.

“കൊടിയുടെ നിറമല്ല വംശമാണു വലുത്. വംശങ്ങൾ തമ്മിലുള്ള പോരാട്ടമാണ് ചരിത്രം. നമ്മുടെ നിയോഗം ചരിത്രനിർമ്മിതി. അള്ളാഹുവിന്റെ രാജ്യം.”

വിയർപ്പിന്റെ മണമില്ലാത്ത പണം കേരളത്തിലേക്കൊഴുകി.

“മതം മനുഷ്യമനസിനെ മാറ്റണം. മാറാൻ സമ്മതമില്ലെങ്കിൽ നാം മാറ്റണം. അതിന് എന്തു തന്ത്രവും ആയുധവും ഉപയോഗിക്കാം. സ്നേഹവും മൂർച്ചയേറിയ ഒരായുധമാണ്. അള്ളാഹുവിന്റെ വംശം ഈ ലോകം ഭരിക്കണം. അല്ലാത്തതിനെ ഉന്മൂലനം ചെയ്യണം.”

ആഭിജാര പൂജകൾക്കു മന്ത്രം ജപിക്കുന്നതു പോലെ ഇമാം ഇല്യാസി ഓതിക്കൊടുത്തു.

“ബോംബു പൊട്ടണം അതിൽ അമർന്ന് ഇല്ലാതാകണം എല്ലാം അള്ളാഹുവിന്റെ പരീക്ഷണമാണ്.”

വെള്ളക്കുപ്പായക്കാരനായ ഒരുപയ്യൻ കൊണ്ടു വന്നു വച്ച ഹുക്കയുടെ പൈപ്പ് കൈയെത്തിയെടുത്ത് പുക ആഞ്ഞു വലിച്ചു വിട്ടുകൊണ്ടിരുന്നു. ചുറ്റിലുമായി ഇരുന്നവരെല്ലാവരും ഇമാം പറഞ്ഞ കാര്യങ്ങൾ അണുവിട തെറ്റാതെ മനസിൽ ദൃഢപ്പെടുത്തുന്നതിരക്കിലായിരുന്നു. ഇമാം എല്ലാവരേയുമൊന്നു പാളി നോക്കി. ആരിലെങ്കിലും ചാഞ്ചല്യമുണ്ടോയെന്ന്. ഉണ്ടാകാൻ പാടില്ല.

ഈ ജാഗരൂഗത എന്നും വേണം. ഓരോ നിമിഷവും ആശയം അവരുടെ രക്തത്തിലൂടെ ഒഴുകി നടന്നു. കേരളം വളരണം അള്ളാഹുവിന്റെ നാടായി. ദൈവചിന്ത അസഹിഷ്ണുതയായി അവരുടെ മനസുകളിൽ ചുരമാന്തി.

ഏകദൈവത്തിനെതിരെയുള്ളവരെ നശിപ്പിക്കണം. അതു വിശുദ്ധയുദ്ധമാണ്. ആക്രമിക്കുവാനായി തക്കം പാർത്തിരുന്നു. അതിലേക്കായി സംഘം ചേർന്നു. തീരുമാനങ്ങളെടുത്തു.

ഇല്യാസ് പറഞ്ഞു.

“സംഘം ചേർന്നുവളഞ്ഞിട്ടു വേണം ആക്രമിക്കുവാൻ പ്രതിരോധത്തിനു സമയം കൊടുക്കരുത്.”

“വിദ്യാഭ്യാസം വേണ്ടതു ഭൗതി സ്വത്ത് ആർജ്ജിക്കുവാനല്ല ആത്മവിശുദ്ധിക്കാണ്. വിദ്യാഭ്യാസമെന്നാൻ മതവിദ്യാഭ്യാസം. മതം മനുഷ്യനെ ഉത്തേജിപ്പിക്കുന്ന സിദ്ധഔഷധമാണ്.”

ഇമാം ഇല്യാസി മന്ത്രിച്ചു കൊണ്ടേയിരുന്നു. ഇല്യാസി നോക്കി

നില്ക്കേ ശ്രോതാക്കൾക്കു അപസ്മാരം പിടിച്ചു. ആ ചൂട് എല്ലാ ഭാഗത്തേക്കും സംക്രമിച്ചു.

"ദണ്ട് കൊണ്ട് അടിച്ചിടണം സമാധാന സംസ്ഥാപനാർത്ഥം. യുദ്ധം. ഇതു നമ്മുടെ രാഷ്ട്രമാണ്." കാര്യാലയത്തിലെ രാഷ്ട്രപതി വലിയകാക്കിനിക്കർ വലിച്ചുകയറ്റി ഉയർത്തി.

"ഋഷിപ്രോക്ത ഭാരതം വേണം. ഇവിടേക്കു കടന്നുവന്ന മതങ്ങൾക്ക് ആദ്യം മനസുകൊണ്ട് പിന്നെ ദേഹം കൊണ്ടും ഭ്രഷ്ട് കല്പിക്കണം. പൗരജനങ്ങളുടെ മതാടിസ്ഥിത കാനേഷുമാരി നടത്തണം. ചരിത്രം ആവർത്തിക്കുവാനുള്ളതാണ്. മറ്റുള്ളവരെ നമ്മുടെ മണ്ണിൽ നിന്നും പുറത്താക്കിയ ചരിത്രം ആവർത്തിക്കണം. അവർക്ക് അവരുടെ രാഷ്ട്രം. നമുക്കു നമ്മുടെ. രണ്ടും ഒത്തു കൊണ്ടുപോകുന്നതു കാപട്യം. കപടമുഖങ്ങൾ പിഴുതെറിയണം. അതിലേക്കായി മനവും തനുവും ശുദ്ധീകരിക്കണം. കാര്യാലയങ്ങളിൽ നിന്നും കാര്യാലയങ്ങളിലേക്കു കാര്യങ്ങൾ കൈമാറണം."

പറമ്പുകളിൽ കാക്കി നിക്കറിട്ട യുവത്വം ചമ്രം പടഞ്ഞിരുന്നു.

മതമാണു മനുഷ്യ പാരമ്പര്യം നിർണ്ണയിക്കുന്നത്. മതാചാരമാണ് അച്ചടക്കം. ആ അച്ചടക്കത്തിനു ഭംഗം വന്നാൽ രാഷ്ടം നശിക്കും. രാഷ്ടം നശിച്ചാൽ കുലം നശിക്കും. പിന്നെ കുടുംബനാശം. ഭൗതികസ്വത്തുക്കൾ ആർജ്ജിച്ചിട്ട് ആത്മരാഷ്ട്രബോധമില്ലെങ്കിൽ സർവ്വനാശം."

"എതിർക്കണം... പശുമാതായേ രക്ഷിക്കണം."

രാഷ്ട്രപതിക്ക് ഉറക്കം വന്നെങ്കിലും കണ്ണുകൾ തുറന്നു പിടിച്ച് വായിലേക്കിറങ്ങിനില്ക്കുന്ന വെള്ള മീശപിരിച്ച് അദ്ദേഹം പറഞ്ഞു കൊണ്ടിരുന്നു.

"പശുമാത... പശുവിനെ ഭക്ഷിക്കുന്നവനെ നാടുകടത്തണം. പശുഹത്യ തടയണം. കൊന്നാൽ പാപം തിന്നാൽ തീരില്ല. അധർമ്മത്തെ എതിർക്കാനാണ് നമ്മുടെ ശരീരക്ഷേത്രം. അവർ കലാപ ആഹ്വാനം ചെയ്താൽ ആദ്യം ശംഖെലിമുഴക്കി നാം യുദ്ധത്തിനിറങ്ങണം രാഷ്ട്രരക്ഷക്കായാണ് രക്ഷാബന്ധൻ."

"യുദ്ധം രാഷ്ട്രത്തെ പരിശുദ്ധിയോടെ പുന:നിർമിക്കും. യുദ്ധം എല്ലാത്തിനും പരിഹാരമാണ്. നാം നേരിടാൻ പോകുന്ന വലിയ ആപത്ത് മുന്നിൽ കണ്ട് ഇപ്പോഴെ യുദ്ധസന്നദ്ധരാവുക."

തടിക്കസേരയിൽ നിന്നും കസേര കൈകളിൽ വിറക്കുന്ന കൈകൾ കുത്തി എഴുന്നേറ്റു.

എല്ലായിടങ്ങളിലും പ്രദേശങ്ങളിലും മനചിന്തക്കു തീ പിടിക്കുകയായിരുന്നു. എല്ലാവിഭാഗക്കാരുടേയും മതപാഠശാലകൾ ഉണർന്നു.

“നാം അതൊന്നും അറിയേണ്ട.” വെളുത്ത ഷർട്ടിന്റെ കൈകൾ തെറുത്തു കയറ്റിക്കൊണ്ടു പാസ്റ്റർ ഉച്ചത്തിൽ വിളിച്ചു പറഞ്ഞു.

“ഞാനിവിടെ വരുമ്പോൾ സ്തോത്രക്കാഴ്ച കുറവായിരുന്നു. സ്തോത്രക്കാഴ്ചകൾക്കായി പിച്ചക്കാശിടരുത്. നല്ല വെടിപ്പുള്ള നോട്ടുകൾ വേണം ദൈവത്തിനർപ്പിക്കുവാൻ. വൃത്തിയുള്ള നോട്ട് വാഴ്ത്തപ്പെട്ട ജീവിതം.”

പിന്നീട് പുത്താ പുതിയ നോട്ടിന്റെ ഒഴുക്കായി. ബോധവൽകരണത്തിന്റെ അപാകതയാണ് നോട്ടുമോശമാകാൻ കാരണം.

“അല്ലേലൂയാ...”

“നാമൊന്നുമറിയേണ്ടതില്ല. അന്യമതസ്ഥർ കലഹിക്കട്ടെ. അത വരുടെ ന്യായം. നമുക്ക് യേശുവരുന്നതുകത്തിരിക്കാം. അവൻ വരുമ്പോൾ അവനോട് എങ്ങിനെ പെരുമാറണമെന്ന് മാത്രം ചിന്തിക്കുക. ശുദ്ധിയുള്ള സ്തോത്രക്കാഴ്ചയുള്ളിടത്തെ ദൈവം വാഴീ... ഹലേലൂയാ... മറ്റുള്ളവരുടെ മതം അവരെ കൊലപാതകികളാക്കുവാൻ പ്രേരിപ്പിക്കും. നമ്മൾ ഇവിടെ സ്തോത്രം ചൊല്ലി സ്തോത്രക്കാഴ്ചകൾ അർപ്പിച്ച് സുഖമായിരിക്കുക.”

സമ്പന്നരായ മനുഷ്യർക്ക് മതങ്ങൾ ആഭരണമായി. ദരിദ്രർക്ക് അവ രക്ഷ നൽകുന്ന വിശ്വാസവും. മതം മനുഷ്യനെ രക്ഷിക്കില്ലെങ്കിലും മനുഷ്യൻ മതങ്ങളെ രക്ഷിക്കും. പരസ്പരം ചതിച്ചില്ലെങ്കിൽ ജീവിതം വഴിമുട്ടും. തൊഴിലും ബന്ധങ്ങളും ചതിയായി മാറി. ചതിയുടെ പുനരാഖ്യാനമായി മാറിയ ചരിത്രം പിന്നെയും ഇരതേടി യാത്രമായി.

9

ബുദ്ധൻ ചിന്തകളിൽ നിന്നും അപ്പോഴും മുക്തനായിരുന്നില്ല. അരികിലെത്തിയിരുന്ന അഹല്യയിലും റാവുത്തിരിലും അതിന്റെ പ്രതിധ്വനികൾ ഉണ്ടായി. അതു കൊണ്ടാകാം അവർ ബുദ്ധനെ ഉണർത്താതിരുന്നത്.

രാജ്യം ഇത്രനാളുമില്ലാത്തവിധം കടംകയറി മുങ്ങിത്താഴ്ന്ന പായ്ക്കപ്പൻ പോലെയായി. സെക്രട്ടേറിയേറ്റിൽ ക്യാപ്റ്റൻ അടിയന്തിരയോഗം വിളിച്ചു.

അകമ്പടി വാഹനങ്ങളുടെയും ബഹുവിധ പരിരക്ഷ ഭടന്മാരുടേയും അകമ്പടിയോടെ ബിക്കോൺ ലൈറ്റുകളുടെ മിന്നൽപ്രഭയോടേയും നാടുനടുങ്ങുമാറുച്ചത്തിൽ സൈറൺ മുഴക്കിയും തലസ്ഥാനത്തെ എല്ലാ ട്രാഫിക്കുകളും മുടക്കി കറുത്ത ആഡംബര കാറുകളിലൊന്നിൽ നിന്നും വടികുത്തിയിറങ്ങി ക്യാപ്റ്റൻ ദർബാർ ഹാളിലേക്കു നടന്നു. ഉള്ളിലെത്തും വരെ സുരക്ഷാഭടന്മാർ ചുറ്റുമതിൽ തീർത്ത് ക്യാപ്റ്റനെ നടത്തി. പിന്നാലെ തരാതരത്തിൽ സജിവന്മാരും ഉദ്യോഗസ്ഥവൃന്ദങ്ങളും.

കൺട്രോളിങ്ങ് സെന്ററിലിരുന്നു ഷോർട്ട് സർക്യൂട്ട് ടീവി യിലൂടെ ബോസ് എല്ലാം നിരീക്ഷിക്കുന്നുണ്ടായിരുന്നു, മന്ത്രിസഭായോഗത്തിനു തലേനാൾ ക്യാപ്റ്റനും പിയേമാർക്കും ഓതിക്കൊ ടുത്ത മന്ത്രങ്ങൾ തന്നെയല്ലേ ഉരുവിടുന്നതെന്ന്...

“ഇനിയെല്ലാം മാർക്സ് പറഞ്ഞതുപോലെ വിദ്യാഭ്യാസം, വിശുദ്ധി, പെരുമാറ്റച്ചട്ടം, തൊഴിൻ ശേഷി, മറ്റ് അടിസ്ഥാന സൗകര്യങ്ങൾ എല്ലാത്തിനും മറ്റ് മുതലാളിത്ത രാഷ്ട്രങ്ങള പോലെ കേരളം ഒന്നാമത്. ഈ കേരളാ മോഡൽ മാർക്കറ്റ് ചെയ്യണം. തുറമുഖവും വിമാനത്താവളവും ഇതുപോലെ മാർക്കറ്റ് ചെയ്താൽ നമുക്ക് ഷെയർ എടുക്കാം. ലാഭവിഹിതം സർക്കാരിന്. ഇപ്പോഴുള്ളതിനേക്കാൾ പ്രിവിലേജ് നമുക്ക് ആവശ്യപ്പെടാം. ലോകമാർക്കറ്റിലെ കമ്പനികൾക്ക് ടെന്റർ നൽകുക. അതു മുതലാളിത്ത രാജ്യമെന്നോ കമ്യൂണിസ്റ്റു രാജ്യമെന്നോ വ്യക്തിഗതമെന്നോ കൺസോർഷ്യമെന്നോ നോക്കേണ്ട. ലാഭവിഹിതം ആരു കൂടുതൽ തന്നാൽ അവരുമായി കരാർ ഉറപ്പിക്കുക.”

ഇടയ്ക്കിടെ ക്യാപ്റ്റൻ ക്യാമറായിലേക്കുനോക്കുന്നുണ്ടായിരുന്നു, തന്റെ പെർഫോമൻസ് എങ്ങിനെയെന്നു ബോസിനോടു ചോദിക്കും പോലെ.

"സംഗതി സ്വർണ്ണ കടത്തു പോലെ ചീറ്റരുത്. ഏജൻസി ഏർപ്പാടിൽ സ്ത്രീ വേണ്ട. പെണ്ണിൽ ഒരു വേശ്യ ഒളിച്ചിരിക്കും. അവൾ പ്രലോഭനങ്ങളിൽ വീഴാം... പൗരുഷമുള്ളവരോടു മാത്രം ബിസിനസ് ചർച്ചകൾ... ഇനി ജനാധിപത്യമെന്നോ പുണ്ണാക്കെന്നോ ശബ്ദിക്കുന്നവരോട് നാം ഇത്രയും കാലം എടുത്ത കടമെല്ലാം തിരിച്ചടക്കാൻ പറയുക. പിന്നെ സൈബർ സെല്ലിൽ ഇത് അലക്കേണ്ട. കാരണം യാഥാർത്ഥ്യവും സത്യവും തിരിച്ചറിയാവുന്നവരാണവർ. അവരലക്കിയാൽ നേരിയ അഴുക്കും വെളുക്കും."

യോഗ നടപടികൾ തുടർന്നു.

"വിവിധ ലോക രാഷ്ട്രങ്ങളിലേക്കും മലയാളികളായ നമ്മുടെ തന്നെ വമ്പൻ ബിസിനസുകാർക്കും കേരളത്തിന്റെ ഭരണനിർവഹണം നൽകാൻ പോവുകയാണ്. എല്ലാ രാഷ്ട്രീയ പാർട്ടികൾക്കും പ്രവർത്തന സ്വാതന്ത്ര്യം, ഭരണനിർവഹണം എന്നു പറഞ്ഞാൽ നികുതി പിരിക്കുന്നതുൾപ്പെടെയുള്ള സമ്പൂർണ്ണ അവകാശം. മന്ത്രിസഭ പിരിച്ചു വിടില്ല. എല്ലാ രാഷ്ട്രീയ പാർട്ടികളുമുണ്ടാവും, തിരഞ്ഞെടുപ്പുമുണ്ടാകും. നിർവഹണാധികാരം മാത്രം മാറും. നിയമസഭക്ക് പ്രത്യേകാധികാരമുണ്ടാകും. സർക്കാരിനു ലാഭവാഹിതം. ജനപ്രതിനിധികൾക്ക് ശമ്പളം ഇരട്ടിയാക്കും. മുൻ കടങ്ങൾ മുഴുവൻ കരാർ ഏല്ക്കുന്ന കമ്പനി വീട്ടണം. അതിന്റെ കരടു പാട്ടവ്യവസ്ഥ തയ്യാറാക്കുവാൻ ഇപ്പോഴത്തെ ഭരണ പരി ഷ്കാര കമ്മീഷനാണു ചുമതല."

കണ്ടിരിക്കുകയായിരുന്ന ബോസ് ഉള്ളാലെ ഒന്നു ചിരിച്ചു. ഇന്നലെ താൻ ഓതിക്കൊടുത്ത മന്ത്രം എത്ര തന്മയത്വത്തോടെയാണ് ക്യാപ്റ്റൻ അവതരിപ്പിക്കുന്നത്. ഇയാൾക്ക് അഭിനയ ത്തിനു നാഷണൽ അവാർഡു കൊടുക്കണം. ബോസ് ഒന്ന് ഇളകിയിരുന്നു.

ക്യാപ്റ്റൻ തുടന്നു.

"പ്രതിപക്ഷ ബഹളം ഉണ്ടാകും. എല്ലാ സമരങ്ങൾ പോലേയും അതും അടിച്ചമർത്തണം."

അങ്ങിനെ മന്ത്രിസഭായാഗം പിരിഞ്ഞതിന്റെ പിറ്റേന്നു പ്രതിപക്ഷപാർട്ടികൾ ഹർത്താൽ ആഹ്വാനം ചെയ്തു. കടകളും വ്യാപാരസ്ഥാപനങ്ങളും അടഞ്ഞു കിടന്നു. പ്രൈവറ്റ് ബസ്സ സർവീസ് മുടങ്ങി. പേരിനുമാത്രം ട്രാൻസ്പ്പോർട്ട് ബസ്സുകൾ ഓടി. അത് ഹർത്താൽ അനുകൂലികൾ തല്ലിത്തകർത്തു. ചാനലുകൾക്കു ചാകര

യായി. അവരവരുടെ റേറ്റിങ്ങുയർത്തുവാൻ ഉള്ളതും ഇല്ലാത്തതു മൊക്കൊ പെരുപ്പിച്ചു ഇരുപത്തിനാലു മണിക്കൂറും മാരത്തൺ ചർച്ചകൾ തുടർന്നു. ജനാധിപത്യം ഇല്ലാതാക്കുന്നു... ചർച്ചകൾ അഭംഗുരം നീണ്ടു.

പ്രപഞ്ചത്തിൽ നിലനില്കുന്ന എല്ലാം കാലഗണനക്കതീതമല്ല. ബാല്യം, യൗവനം, വാർദ്ധക്യം, മരണം ഇതൊക്കെ എല്ലാറ്റിനും ബാധകമാണ്. വ്യവസ്ഥിതിക്കും വയസാകും, മരിക്കും. രാജാവില്ലാത്ത രാജ്യം വന്നത് ആ വ്യവസ്ഥിതിയുടെ മരണമല്ലേ? ജനാധിപത്യവും അതിൽ നിന്നു വ്യത്യസമാകുമോ... അതും മരിക്കും.

പ്രതിപക്ഷം തണുക്കുന്ന മട്ടില്ല.

ഇത് പാലസ് റിനവേഷനാണ്, എതിർക്കണം. ഇപ്പോൾ ഭരിക്കുന്ന പാർട്ടി പൊല്യൂട്ടഡാണ്. അതുമാറണം. അതിനു അഹിംസയാണു മാർഗ്ഗം. ചർച്ചകൾ നീണ്ടതല്ലാതെ പ്രയോജനമുണ്ടായില്ല.

രാജ്യം വില്കുന്നതിനുതുല്യമാണ് കരാർ വ്യവസ്ഥ. എല്ലാ കരാറുകളും പിന്നീടൊരിക്കലും തിരികെ കാട്ടാത്ത വിധത്തിലുള്ള ഒരു തരം തീറെഴുത്തുകളാണ്.

പൊതു മുതൽ വിൽക്കുന്നതിന്റെ ലാഭം പൊതുജനങ്ങൾക്കില്ല. അവർ ഇപ്പോഴും എപ്പോഴും ഋണബാദ്ധ്യസ്ഥർ. രാജ്യസേവകരെന്ന ഇടനില കൂട്ടികൊടുപ്പുകാരെ ഒറ്റപ്പെടുത്തണം.

ചർച്ചയിൽ ചില ശബ്ദങ്ങൾ മാത്രം ഒറ്റപ്പെട്ടു.

കടം വാങ്ങിയത് രാജ്യവികസനത്തിനും ശമ്പളം കൊടുക്കാനും സബ്സിഡി കൊടുക്കാനുമാണ്.

അതിന്റെ പങ്കാരാ പറ്റിയത്..?

കൺഫ്യൂഷൻ സൃഷ്ടിച്ച് ജനങ്ങൾ വലഞ്ഞു.

പൊതുവികസനം ഉട്ടോപ്യനാണ്... സ്വയം വികസനം, അതാണു ശാസ്ത്രം. പ്രകൃതിനിയമം. നേരും നെറികേടുമറിയാത്ത ജനം തെരുവോരത്തു സമരം തുടർന്നു. സാവധാനം ഹർത്താലുകൾ അക്രമാസക്തമായി. വിദേശത്തുനിന്നും ഫണ്ടെത്തി. ആ മുടക്കുമുതലിൽ ഒരു ഭാഗം തെരുവിൽ ഏറുബോംബുകളായി.

പൊളിറ്റിക്കൽ ക്യാപ്പിറ്റലിസം തടിച്ചുകൊഴുത്തു. അതിനെതിരെ ശബ്ദിക്കുവാൻ രാജ്യത്ത് ആളില്ലാതായി. ആരും പ്രഖ്യാപിക്കാത്ത സ്വയം നിയന്ത്രിത അടിയന്തിരാവസ്ഥയിലായി രാജ്യം. വ്യവസ്ഥിതി ഊർദ്ധശ്വാസം വലിക്കുന്ന ഘ്വാസരോഗിയേപ്പോലെയായി.

രാഷ്ട്രീയ നേതൃത്വങ്ങൾ സർവ്വസംഹാര രൂപികളായി ഉറഞ്ഞു തുള്ളി. അവരുടെ തന്നെ ഒരു കൂട്ടം രാജ്യം കൊള്ളയടിക്കാൻ തുടങ്ങി. രക്ഷിക്കാൻ ആരുമില്ലാത്ത അവസ്ഥ.

പ്രതിപക്ഷഹർത്താൽ പല സ്ഥലങ്ങളിലും നാട്ടുകാരുടെ ജീവനെടുത്തു. പഴയകാല നേതാക്കന്മാരെപ്പോലെ വാരിക്കുന്തവുമേന്തി സമരം ചെയ്തും പോലീസിന്റെ ലാത്തിച്ചാർജിന്റെ ഭീകരത നേരിട്ടും നേടിയെടുത്തതല്ല, ഭരണകൂടത്തിന്റെ സംരക്ഷണം ലഭിച്ച നാം സ്വന്തമാക്കിയതാണ് ഈ രാഷ്ട്രീയസാമ്രാജ്യം. അതു ജീവൻ നൽകിയും സംരക്ഷിക്കണം. ചരിത്രപരമായ നമ്മുടെ അവകാശമാണ്. ചരിത്രം സൃഷ്ടിക്കുന്നത് അണികളല്ല, നേതാക്കളാണ്.

ജനകീയ ജനാധിപത്യം മിഥ്യയാണ് സംരക്ഷിത - പരമ്പരാഗത ജനാധിപത്യമാണ് അഭികാമ്യം. ബ്രിട്ടീഷുകാർ പഠിപ്പിച്ചിട്ടുപോയതും അതാണ്. ജനാധിപത്യത്തിന്റെ കേന്ദ്രസ്ഥാനമാണ് രാഷ്ട്രീയാധികാരം. അതു നിലനിർത്തണം. തെരുവീഥികളിൽ ജനങ്ങൾ ജാഥകൾക്കു രൂപം നൽകി.

സമാധി സുഷുപ്തിയിലെന്ന പോലെ ഓർമ്മകളിലൂടെ ഒഴു കിയ ബുദ്ധൻ സാവധാനം ഇമകൾ തുറന്നു. അപ്പോൾ ആ മുഖത്ത് ഒരു തൂമന്ദഹാസമുണരുന്നതു റാവുത്തരും അഹല്യയും കണ്ടു നിന്നു. ബുദ്ധൻ ഇരുവരേയും നോക്കി.

അതേ, താങ്കൾ സഞ്ചരിച്ച അതേ വീഥികളിലൂടെയാണ് ഞങ്ങളും. അല്പനേരമായി അങ്ങയോടൊത്തു സഞ്ചരിക്കുന്നു. ഉണർന്നിരുന്നവർ വീണ്ടും പങ്കു വച്ചു.

“ജനാധിപത്യം പകൽ കൊള്ളയാണ്. അതു തകരണം. തിരഞ്ഞെടുപ്പ്, നേതാക്കളുടെ ആഘോഷമാണ്. അതു തകർക്കണം. പകരം പൗരാവകാശ സംരക്ഷിത ജനാധിപത്യം വരണം. അത്തരം ഭരണക്രമത്തിനുമാത്രമേ സന്തുലിതമായ വ്യവസ്ഥിതി പുനഃക്രമീകരണത്തിനു കഴിയൂ...”

റാവുത്തർ പറഞ്ഞു.

“ചരിത്രം അനങ്ങാതെ കാതോർത്ത് നാടിന്റെ പടിവാതുക്കൽ നിന്നു. എല്ലാം നിശ്ചലമാകും. മനസിന്റെ കോണിൽ സ്വപ്നങ്ങൾ വറ്റിവരണ്ട് അവ ഉറക്കത്തിൽ ഉണരാതെ മരിച്ച പോലാകും.” അഹല്യയുടേതായിരുന്നു ആ വാക്കുകൾ.

“സ്വപ്നങ്ങളുടെ ലഹരിയും ഉത്കണ്ഠയുമില്ലാതെ ഉറക്കം ശരീരത്തിന്റെ മൃതാവസ്ഥയാകും. പരസ്പരം ഒന്നും പറയാനില്ലാതെ ചരിത്രം ശ്വാസം പിടിച്ചു നിലക്കും.” ബുദ്ധൻ പ്രതികരിച്ചു കൊണ്ടു തുടർന്നു. “അന്നു നാം നാടിനെ കാത്തു. ഇപ്പോഴതു വീണ്ടും സമാഗതമായിരിക്കുന്നു. നമ്മുടെ ഇടപെടലിൽ കലാപങ്ങളും ഹർത്താലുകളും ക്രമേണ ഇല്ലാതായി. ജീവിക്കുവാനുള്ള അവശേഷിക്കുന്ന ജീവൻ പിടിച്ചു നിർത്തുവാനുള്ള സ്വാർത്ഥതയിൽ മനുഷ്യർ ശബ്ദ

രഹിതരായി.”

ബുദ്ധൻ അതും പറഞ്ഞ് റാവുത്തരേയും അഹല്യയേയും നോക്കി വീണ്ടും മൃതുവായി ചിരിച്ചു. അവരിലുമാ ചിരി പ്രതിദ്ധ്വനിച്ചു.

പടിഞ്ഞാറെ ചക്രവാളത്തിൽ പകലിൻ നായകൻ സന്ധ്യാവന്ദന സ്നാനത്തിനായി ചക്രവാളപ്പടികളിറങ്ങി. അകത്ത് ശിവരങ്ങളിൽ ദീപം തെളിഞ്ഞു. സന്ധ്യാവന്ദന സമയമറിയിക്കുന്ന ശംഖനാദമുയർന്നു. ബുദ്ധൻ ഉപവിഷ്ടനായിരുന്ന അരയാൻ തറയിൽ നിന്നുമെഴുന്നേറ്റ് മൂന്നം നടന്നു. പിറകെ റാവുത്തരും അഹല്യയും.

10

കാലം ഒരു തുടർച്ചയാണ്.

പിറ്റേ പ്രഭാതത്തിൽ പ്രകൃതിയിൽ നിന്നാവാഹിച്ച ഊർജ്ജത്തോടെ ബുദ്ധനും സംഘവും ഉണർന്നു. അവർ പ്രഭാതകൃത്യങ്ങൾക്കും പ്രഭാതവന്ദനത്തിനും ശേഷം കർമ്മോത്സുഹരായി.

"പൊതുമേഖല ലാഭത്തിൽ ആകുവാനും ഭരണനിർവഹണത്തിനുമായി വിദേശശക്തികൾ ഉൾപ്പെടെ കൺസോർഷ്യങ്ങൾക്കായി ആഗോള ടെണ്ടർ ക്ഷണിച്ചിരിക്കുന്നു. ദ ചൈന ക്രോണിക്കിൾസിൽ വരെ ടെണ്ടർ നോട്ടീസുവന്നിട്ടുണ്ട്. ലേലം നടക്കരുത്."

"അതിന് എന്തു ചെയ്യണം?"

"സർക്കാരിനെ ബന്ദിയാക്കണം."

"അതുസ്വാത്തികമല്ല. അഹിംസ ഉപേക്ഷിക്കരുത്."

"പണ്ട് ദുര്യോധനനെ കൊന്നത് നവലോകക്രമത്തിനു വേണ്ടിയായിരുന്നു."

"എന്നിട്ടാ ലോകക്രമം വന്നോ? അക്രമം ഒന്നിനും പരിഹാരമല്ല."

"അഹിംസാമാർഗ്ഗം വെടിയാതെ കുറ്റവാളികളെ ജയിലിൽ അടയ്ക്കുന്നപോലെ, തെറ്റായ പ്രവൃത്തി ചെയ്യുന്നവരെ ജനമനസിന്റെ ഊർജം കൊണ്ട് തടവിലാക്കണം."

"അതു സമാധാന മാർഗ്ഗമാണ് അഹിംസയല്ല."

"ജീവനെടുക്കുമ്പോഴേ അഹിംസയാകുന്നുള്ളു. ജയിലറകൾ കുറ്റവാളികൾക്ക് പുന:ചിന്തനത്തിനു വേണ്ടിയാണ്. എല്ലാ പഴുതുമടച്ച് ലേലം നടക്കുന്നതിനു മുൻപ് ക്യാബിനറ്റ് യോഗത്തെ ബന്ധിയാക്കുക. തെറ്റായ തീരുമാനമെടുക്കുന്ന മന്ത്രിസഭക്ക് ജനകീയ കാവൽ ഏർപ്പെടുത്തണം."

"പോലീസിന്റെ ചെറുത്തുനില്പുണ്ടാവുകയില്ലേ?"

"ജനശക്തിയിൽ പോലീസ് നിഷ്ക്രിയരാകണം."

"അതെങ്ങിനെ?"

"അത്തരം പോരാട്ട രഹസ്യങ്ങൾ സനാതന യുദ്ധം ആരംഭിച്ച ശേഷം..."

അതിനുശ്രഷം ബുദ്ധൻ ദീർഘയോഗ നിദ്രയിലായി. അഹല്യയും റാവുത്തറും നിദ്രാവിഹീനരായി രാത്രി മുഴുവനും ബുദ്ധൻ പറഞ്ഞ

കാര്യങ്ങളെക്കുറിച്ചു പരിചിന്തനം നടത്തിയും സംവദിച്ചും കൊണ്ടിരുന്നു. രാജ്യം മുഴുവനും സുഖസുഷുപ്തിയിലാണ്ടു പോക്കുമ്പോഴും ബുദ്ധന്റെ സംഘം ജാഗ്രതയോടെ ഉണർന്നിരുന്നു.

മഴ പെയ്തൊഴിഞ്ഞപ്പോൾ റാവുത്തർ സംഘാംഗങ്ങളെ ഓർമ്മിപ്പിച്ചു.

"പ്രകൃതി അനുകൂലമാണ് ഭരണകൂടത്തിന്റെ മനസ്സ് വിങ്ങി നില്ക്കുകയാണ്. കീഴ്പ്പെടുത്തുവാൻ പറ്റിയ സന്ദർഭം."

ബുദ്ധൻ എണീറ്റു നിവർന്നുനിന്ന് തന്റെ ദീർഘമായ ഇരുകരങ്ങളും മുകളിലേക്കുയർത്തി പ്രകൃതിയെ വന്ദിച്ചു. അവിടെമാകെ മഴ ചന്നംപിന്നം ചാറിക്കൊണ്ടിരുന്നു.

"രാഷ്ടീയ ദല്ലാൾ ഭരണം അവസാനിപ്പിക്കണം. രാജ്യം കട്ടുമുടിക്കുന്ന രാഷ്ട്രീയ അരാചകത്വ പിമ്പുകളെ തടവിലാക്കണം. ഉദ്യോഗസ്ഥർ നാടു ഭരിക്കട്ടെ. ബുദ്ധിശക്തിയനുസരിച്ച് ശമ്പള ത്തിൽ ഏറ്റകുറച്ചിൽ വേണ്ട. എല്ലാവർക്കും തുല്യവേതനം. ഒരേ ജീവിതനിലവാരംയ. അങ്ങിനെ വേണം കരാറുകാരുമായി കരാർ ഉറപ്പിക്കുവാൻ. അതിനായി നമുക്ക് സമ്മർദ്ദം ചെലുത്തണം."

"ഭരണസിരാകേന്ദ്രം പന്നിക്കൂടാണ്. അതു പിരിച്ചു വിടണം. പ്രജകളുടെ കാഷ്ടം മാത്രമല്ല രക്തവും മാംസവും ഭക്ഷിക്കുന്നവരാണ് രാഷ്ട്രീയ പ്രതിനിധികൾ. അവരുടെ വംശം ഇല്ലാതാ കണം. പകരം അധികാരത്തിൽ പങ്കില്ലാത്ത പഴയ നാട്ടുകൂട്ട സമ്പ്രദായം വരണം. ഉദ്യോഗസ്ഥയഴിമതികളുണ്ടായാൽ അവർ ചോദ്യം ചെയ്യണം. വ്യവസ്ഥിതിയുടെ ഖജനാവിൽ ഉദ്യോഗസ്ഥരുടെ കൈ പോകാതെ നാട്ടുകൂട്ടത്തിനു പുറത്തു നിന്നും നിയന്ത്രിക്കാനാകും. അഴിമത പ്രഥമദൃഷ്ട്യാ കണ്ടാൽ ആ ഉദ്യോഗസ്ഥനെ പിരിച്ചുവിടുവാൻ നാട്ടുകൂട്ടത്തിനു പരിപൂർണ്ണ അധികാരം ഉണ്ടാകണം. അധികാരം ഇല്ലാത്ത ജനങ്ങളുടെ അധികാരം ജനാധിപത്യം. നാട്ടിലെ ചെറുകച്ചവടക്കാർക്കും വൻകിട കോർപ്പറേറ്റ് ഭീമന്മാർക്കും കച്ചവടം ചെയ്യാം. കച്ചവടലാഭത്തിനാനുപാതികമായി നികുതി അടയ്ക്കണം. തെറ്റിദ്ധാരണ പരത്തുന്ന വാർത്താമാദ്ധ്യമങ്ങൾ കണ്ടു കെട്ടണം. പകരം ജനജിഹ്വമായ സോഷ്യൽമീഡിയ മാത്രം."

"ലഹരിയ്ക്കെതിരെ വീട്ടുപടിക്കൽ മുതൽ ബോധവൽക്കരണം തുടങ്ങണം. ലഹരിയുടെ തെറ്റായ വിനിയോഗം രാജ്യത്തിനു വിപത്താണ്. ലാഭമേറെയുണ്ടാക്കുവാനാകുന്ന സാമഗ്രിയായി മാറ്റപ്പെട്ടതോടെയാണ് അതു വ്യവസ്ഥയെ ഭക്ഷിക്കുവാൻ തുട ങ്ങിയത്. താൻ ലഹരി ഉപയോഗിക്കില്ല എന്ന നിരന്തര പ്രതിജ്ഞ ഒരാളെ ഉത്തമ പൗരനാക്കും."

ബുദ്ധനും റാവുത്തരും അഹല്യയും അണിക്കളെ ബോധവൽക്കരിച്ചു.

അവരുടെ പ്രജ്ഞയ്ക്കപ്പുറമായിരുന്നു യാഥാർത്ഥ്യത്തിന്റെ കുത്തൊഴുക്ക്.

മന്ത്രിസഭാ യോഗം പിന്നേയും ചേർന്ന് വീണ്ടും ആലോചനായോഗങ്ങൾ നടത്തി. എല്ലാം ഭദ്രം എന്നുപ്പുവരുത്തുവാനായിരുന്നു.

ധാരാളം പേർ ക്വട്ടേഷൻ നൽകിയിട്ടുണ്ട്. അതിൽ ഏറ്റവും കൂടുതൽ ലാഭം സർക്കാരിനു നൽകുന്നവരുമായി കരാറുപ്പിക്കുവാനും നിയമാനുസൃതമായുള്ള നടത്തിപ്പുച്ചുമതല അവർക്കാണെങ്കിലും ലാഭം നൽകുന്നതിൽ കാലതാമസമുണ്ടായാൽ പിഴയുൾപ്പെടെ ലാഭവീതം അടക്കുവാനും കരാറിൽ എഴുതിച്ചേർക്കുവാനും. പശ്ചാത്തല സൗകര്യം ഒരുക്കി കൊടുക്കുക മാത്രമായിരിക്കും സർക്കാർ ചുമതലയിലുള്ളു.

പാർട്ടി ഓഫീസിലെ തന്റെ ക്യാബിനിലിരുന്നു ക്യാപ്റ്റനു കംപ്യൂട്ടറിലൂടെ ബോസ് സന്ദേശമയച്ചു.

കാര്യങ്ങളെല്ലാം കോൺക്രീട്ടും സീക്രട്ടുമായിരിക്കണം. ബോസ് പ്രത്യേകം ഓർമിപ്പിച്ചു.

എങ്കിലുമീ സംഭാഷണം ബുദ്ധന്റെ വലിയ കാതുകളിലുമെത്തി.

കരാർ ഒപ്പിടരുത്.

ബുദ്ധന്റെ സമീപമിരുന്ന റാവുത്തർ സംഘാംഗങ്ങളോടായി പതുക്കെ എന്നാൽ ധൃഢവുമായ ശബ്ദത്തിൽ പറഞ്ഞു. നമുക് സെക്രട്ടറിയേറ്റിനു ചുറ്റും നിലയുറപ്പിക്കണം. പോലീസിനോ ഇന്റലിജൻസിനോ യാതൊരു സംശയത്തിനും ഇടകൊടുക്കാതെ ഗ്രാമവാസികളായി കാഴ്ച്ചക്കാരെപ്പോലെയേ നില്കാവൂയ എല്ലാ മുന്നറിയിപ്പുകളും ശിവരത്തിൽ നിന്നും സന്ദേശമായി ഇയർഫോണുകളിലെത്തും. ജാഗ്രത പുലർത്തുക

ബുദ്ധന്റെ സന്ദേശം സോഷ്യൽ മീഡിയകളിലൂടെ ജനങ്ങളിലേക്കൊഴുകി.

പെരുമഴ പെരുമ്പാമ്പിനെപ്പോലെ തലസ്ഥാനം വിഴുങ്ങി. അരാചകത്വം നാടുവാഴുന്നു. സമുദ്രം വിശപ്പോടെ കരക്കു നേരെ ചീറിയടുത്തു. ഒഴിഞ്ഞു മാറാനാകാതെ വിവസ്ത്രയായി കര പിടയുന്നു. കേരളം നാശോന്മുഖമാകാതെ രക്ഷിക്കുക.

ആരൊക്കെ ടെന്റർ അയച്ചു. ഇൻഡ്യയിലെ വൻകകിട മുതലാളിമാർ മുതൽ ലോക സാമ്പത്തിക ഭീമന്മാർ വരെയുണ്ട്.

ആരാകിലെന്ത് നമ്മുടെ ടേംസ് ആന്റ് കണ്ടീഷനിൽ എത്തുന്നവർക്ക് ടെൻഡർ ഉറപ്പിക്കണം. നീതിയുക്തമായിരിക്കണം കരാർ.

എന്താണ് നീതി കൊണ്ട് ഉദ്ദേശിക്കുന്നത്.

നീതി....

മന്ത്രിസഭയിലെ സചിവന്മാരും നിയമജ്ഞരും നീതിയെക്കുറിച്ചു ചിന്തിച്ചു.

നീതിക്കുള്ളിൽ ഒരു ധമ്മം വേണം. അതു മനുഷ്യനെ വേർതിരിക്കാത്ത സമ്പ്രദായമായിരിക്കണം. മനുഷ്യരെ വേർതിരിച്ചു മാത്രമേ കുലങ്ങളും സമൂഹവും രാഷ്ട്രവും രൂപപ്പെട്ടിട്ടുള്ളു. രാഷ്ട്രത്തെ നിയന്ത്രിക്കുന്നവർ അത്തരത്തിൽ വേർതിരിക്കപ്പെട്ടവരായിരിക്കും. അത്തരക്കാർ മറ്റുള്ളവരെ ഭരിക്കും. അങ്ങിനെ ഭരിക്കുന്നവർ ഉണ്ടാകുമ്പോൾ നീതിക്കുള്ളിലെ ധർമ്മം ഇല്ലാതാകും. ധർമ്മമില്ലാത്ത നീതി മരിക്കും.

സമത്വം വരണമെങ്കിൽ നേതൃത്വം പ്രജയായി പരിണമിക്കണം. നേതൃത്വമില്ലാത്ത പ്രജയുടെ സാമൂഹിക ജീവിതമാണ് ധർമ്മം. അതാണു നീതി. അത്തരത്തിലല്ലാത്ത ഇപ്പോഴത്തെ ഭരണകൂടം ഒഴിഞ്ഞു പോകണം. പകരം സാമ്പ്രദായികമായ വിവിധ വകുപ്പുകൾ നാടു ഭരിക്കണം. നേതൃത്വം ഒഴിഞ്ഞു പോയില്ലെങ്കിൽ പ്രജകൾ നേതൃത്വത്തെ ഇല്ലാതാക്കും.

ബുദ്ധന്റെ ധർമ്മോപദേശം സോഷ്യൽ മീഡിയയിലൂടെ ജനാധിപത്യ വിപ്ലവത്തിന് ആഹ്വാനം ചെയ്തു തിരികൊളുത്തി - കമ്മിഷൻ തിന്നുകൊഴുത്ത സർക്കാർ ആശങ്കപ്പെട്ടു വിയർത്തു.

മന്ത്രിസഭായോഗങ്ങൾ രാപ്പകലില്ലാതെ കൂടുന്നതിനിടക്ക് ഒരു മന്ത്രി വിലാപം പോലെ മുരണ്ടു.

പുറത്തു പ്രക്ഷോപത്തിലാണ്. പോലീസ് പലേടത്തും പ്രക്ഷോപക്കാരോടൊത്തുമാണെന്നാണ് ഇന്റലിജൻസ് റിപ്പോർട്ടുകൾ

അവരെന്തിനു ബേജാറാകണം.

ഇംഗ്ലണ്ടിൽ മൂവായിരം പേർക്ക് ജോലി തരപ്പെടുത്തിയിട്ടുണ്ട്. ഇതിലുള്ള നേതാക്കളെ വിളിച്ച് വരുത്തി വിസ കൊടുക്ക്.

ക്യാപ്റ്റൻ വളരെ താഴ്ന്ന സ്വരത്തിൽ മന്ത്രിയുടെ കാതിൽ മന്ത്രിച്ചു.

പഠിച്ചവർ ഇവിടെ കിടന്ന് എന്തിനാ നമ്മളെപ്പോലെ തള്ളുന്നത്, വിദേശത്തു പോയി നാലു ചെമ്പുവാരട്ടെ.

സംസ്ഥാന പോലീസ് മേധാവി സെക്രട്ടറിയേറ്റിന്റെ പടികൾ കയറി ക്യാപ്റ്റന്റെ ഓഫിസിനു നേരെ നടന്നു. അവിടെ ക്യാപ്റ്റനും മറ്റു രണ്ടു പ്രധാനമന്ത്രിമാരും തമ്മിൽ രഹസ്യചർച്ചയിലായിരുന്നു. അനിഷ്ടം പുറത്തു കാണിക്കാതെ പോലീസ് മേധാവിയേ അകത്തേക്കു ക്ഷണിച്ചുകൊണ്ട് മറ്റു മന്ത്രിമാരോടായി പറഞ്ഞു.

നിങ്ങൾ ഇപ്പോൾ പോകൂ...

പോലീസ് മേധാവി എതിരെയുള്ള കസേരയിൽ ഉപവിഷ്ടനായി.

പറയൂ -

സർ - ഒരു രഹസ്യ അന്വേഷണത്തെക്കുറിച്ച് അടിയന്തരമായി അറിയിക്കുവാനുണ്ട്. ലണ്ടനിലുള്ള ഒരു ഏജൻസി കേരളത്തിലെ മുഴുവൻ ഗ്രാമങ്ങളും കേന്ദ്രീകരിച്ച് പ്രജാവിപ്ലവത്തിനു തയ്യാറെടുക്കുന്നു. മന്ത്രിസഭ ആക്രമിക്കപ്പെട്ടേക്കാം. അറിഞ്ഞിടത്തോളവും കേന്ദ്ര സർക്കാറിന്റെ ഒത്താശയോടാണ്. ഒരു പുതിയ കോർപ്പറേറ്റ് ഗെവേർണൻസ് എന്ന നൂതന ഐ ഐ എസ്സ് ആന്റ് ഐ ഐ സംഘടന പൂർണരൂപം. ഇൻഡ്യൻ ഇന്റലിജന്റ് സർവീസ് ആൻഡ് ഇൻഡ്യൻ ഇല്യൂമിനാറ്റി സൊസൈറ്റി എന്ന രഹസ്യ ഏജൻസിയാണ് പ്രവർത്തിക്കുന്നത്. സർക്കാർ കൊണ്ടുവരാൻ പോകുന്ന കരാർവ്യവസ്ഥ ഹൈജാക് ചെയ്യപ്പെടും.

ലഹരി വസ്തു ഉപയോഗവും റോഡപകടങ്ങളും ആത്മഹത്യകളും തൊഴിലില്ലായ്മയും വാർദ്ധസക്യപരിപാലനവുമൊക്കെയിവർ സമൃദ്ധമായി നടത്തുമെന്നാണ് കേന്ദ്ര സർക്കാറിനു സമർപ്പിച്ചിട്ടുള്ള പ്രോജക്ട് റിപ്പോർട്ടിൽ പറയുന്നത്.

കേരളത്തിലെ എല്ലാ ജില്ലകളിലും പഞ്ചായത്തുകളിലും സീക്രട്ട് സർവീസ് വർക്കേഴ്സ് വഴി സമാഹരിച്ച ഡേറ്റകൾ വച്ചു കൊണ്ട് കുറ്റമറ്റ രീതിയിൽ കേരളാ മോഡൽ നടപ്പാക്കാനാണ് ഏജൻസിയുടെ തീരുമാനം. നാം പുറത്തു വിട്ട സർക്കാർ കണക്കുകളെക്കാൾ എത്രയേ മടങ്ങാണ് അഴിമതിയും കൈകൂലിയുമെന്ന് അവർ കണ്ടെത്തിയിരിക്കുന്നു. ഇനിയുമൊരു ജനാധിപത്യ പരീക്ഷണം വേണ്ടെന്നാണ് അവരുടെ കണ്ടെത്തൽ. ജനപ്രതിനിധികൾ കിരീടം വയ്ക്കാത്ത രാജാവെന്ന നില മാറണമെന്നവർ ആവശ്യപ്പെടുന്നു.

പുതിയ ഭരണ സംവിധാനത്തെക്കുറിച്ച് റേഡിയോനിലയങ്ങൾ ഹൈജാക്കുചെയ്ത് റേഡിയോതരംഗമായി പൊതുജനത്തെ അറിയിക്കും. ആരവങ്ങളില്ലാത്ത ആർഭാടമില്ലാത്ത മുഖ്യനും മന്ത്രിമാരുമില്ലാതെ പഞ്ചായത്തു മേധാവികളും വില്ലേജ് മേധാവികളും അടങ്ങുന്ന ഒരു ചെറുകൂട്ടം കോർപ്പറേറ്റ് എക്സിക്കുട്ടീവ് ആയിരിക്കും കേരളത്തിൽ ഭരണം നിർവഹിക്കുക. ഇപ്പോഴത്തെ കളക്ടർക്കു പുറമെ കോർപ്പറേറ്റ് മേധാവികളുടെ പ്രതിനിധിയായ ഒരു സി ഇ ഓയുമുണ്ടാകും

പോലീസ് മേധാവി പറഞ്ഞു നിർത്തി.

ക്യാപ്റ്റൻ ചിരിച്ചു.

തീയിൽ കുരുത്തതാണ്.

ഒന്നും സംഭവിക്കാത്തതുപോല ക്യാപ്റ്റൻ എഴുന്നേറ്റു നടന്നു നീങ്ങി. എപ്പോഴെങ്കിലും എന്തെങ്കിലും സംഭവിച്ചാലല്ലെ ഇപ്പോൾ സംഭവിക്കുന്നതിനെ കുറിച്ചേ വേവലാതിയുള്ളു. പോലീസ് മേധാവി ആത്മഗതമായി പറഞ്ഞു കൊണ്ടു പുറകെ നടന്നു.

രാഷ്ട്രപതിയുടെ പ്രഖ്യാപനം വന്നു. കേരള മന്ത്രിസഭ പിരിച്ചു വിട്ടിരിക്കുന്നു. മറ്റൊരു സന്ദേശം കൂടെ കേന്ദ്രസർക്കാർ അറിയിച്ചു. എങ്ങും പട്ടാളത്തെ വിന്യസിപ്പിച്ചിട്ടുണ്ട്. സർക്കാർ പിരിച്ചു വിട്ട ശേഷം കേന്ദ്രസർക്കാർ രഹസ്യമായി രൂപീകരിച്ചിട്ടുള്ള ഇൻഡ്യൻ ഇല്യൂമിനാറ്റി സംഘത്തെ ഭരണം ഏല്പിക്കുവാൻ പോകുന്നു. കേരളത്തിലെ ഒരു മില്യൻ വാർഷിക വരുമാനമുള്ളവർക്ക് മാത്രം അംഗത്വം നൽകുന്ന ഏജൻസിയാണിത്.

അടുത്ത ഇരുപത്തിയഞ്ചു വർഷം കേരളത്തിലെ ദാരിദ്ര്യം, തൊഴിലില്ലായ്മ, പാർപ്പിടം, വിദ്യാഭ്യാസം എന്നിവയിലെ മുഴുവൻ പോരായ്മയും പരിഹരിക്കുവാൻ ഏർപ്പെടുത്തിയ പഠനപരീക്ഷണ സംഘമാണ് ഈ ഏജൻസി. ഇതിൽ അംഗമാകുന്നവർ തങ്ങളുടെ പണം, ബുദ്ധി, മറ്റ് കഴിവുകൾ എല്ലാം തന്നെ ജീവകാരുണ്യ ലക്ഷ്യത്തോടെ രാഷ്ടത്തിനായി സമർപ്പിക്കണം. ഇതോടെ ലോകത്തെ കേരളം കിടക്കും. കേന്ദ്രസർക്കാരിന്റെ ഇത്തരത്തിലുള്ള ആദ്യ പൈലറ്റ് പ്രോജക്ടാണ് കേരളത്തിൽ നടപ്പാക്കുന്നത്.

മാറി മാറി വന്ന സർക്കാറുകളും കൈക്കൂലിക്കാരായ ഉദ്യോഗസ്ഥസംഘങ്ങളും ജാതി മത വർഗ്ഗ വൈരങ്ങളും ഗുണ്ടായിസവും മയക്കുമരുന്നും എല്ലാംകൂടി തകർത്തു തരിപ്പണമാക്കിയ ദൈവത്തിന്റെ സ്വന്തം നാട് പാപ്പരായി പോവുകയും രഹസ്യനീക്കങ്ങളിലൂടെ കേരളത്തെ വില്ക്കുവാൻ ശ്രമിക്കുന്ന വിവരം ഭാരതിയ വൈജ്ഞാനിക്കാ ഏജൻസി കേന്ദ്രത്തെ അറിയിച്ച പ്രകാരമാണ് ഈ പ്രോജക്ട് നടപ്പാക്കുവാൻ തീരുമാനിച്ചത്. ശതകോടിശ്വരന്മാർ കേരളം കരാറിനു വച്ചിരുന്ന ഓഫറുകൾക്കുമേൽ ഒരു കോടി ബില്യൻ യു എസ് ഡോളർ അധികം മുതൽ മുടക്കിയാണ് അവർക്കൊന്നും മുന്നോട്ടുവയ്ക്കാൻ കഴിയാത്ത വികസന പ്രോജക്ടുകൾ സമർപ്പിക്കുകയും അത് ഒരു മോഡലായി കണക്കാക്കി. ഭാവിയിൽ ഭാരതത്തിലാകമാനം വ്യാപിപ്പിക്കാനുമുള്ള വിശാലമായ മാസ്റ്റർപ്ലാനാണ് കേന്ദ്രസർക്കാരിനു മുനിൽ അവതരിപ്പിച്ചത്. ഇതാണ് പൈലറ്റ് പ്രോജക്ടായി നടപ്പാക്കുവാൻ പോകുന്നത്.

പല കാര്യങ്ങളിലെന്ന പോലെ ലോകത്തിലെ ആദ്യത്തെ കോർപ്പറേറ്റ് ഗവേണിങ്ങ് സർക്കാർ എന്ന നൂതനാശയത്തിനും കേരളം ഒന്നാം സ്ഥാനത്ത്.

ഇൻഡ്യൻ ഇല്യൂമിനാറ്റി സൊസൈറ്റിയുടെ അനേക വർഷത്തെ ബുദ്ധിവൈഭവം ലോകോത്തര കമ്പനി സി.ഈ.ഒ. പദവികൾ ഇൻസ്യൻ എൻ ആർ ഐ കമ്പനികളുടെ ലോകോന്തര സാന്നിദ്ധ്യവുമൊക്കെയാണ് ഈ വലിയ ബുദ്ധികേന്ദ്രത്തിനു പിന്നിൽ. അതിനായി കേന്ദ്രം രഹസ്യമായി ചെയ്തു കൊടുത്ത ഒത്താശയും വലുതാണ്.

ഇവിടെ ഒരു കോർപ്പറേറ് ഗെവെർണൻസ് വരുമ്പോൾ ആയിരം കോടിയും അതിലധികവും മുതൽമുടക്കുവാൻ തയ്യാറുള്ള ആയിരത്തിൽപ്പരം കമ്പനികളെയാണ് ഇന്റലിജൻസ് കണ്ടുവച്ചിരിക്കുന്നത്. ഒരു കമ്പനി കുറഞ്ഞത് ആയിരം പേർക്കെങ്കിലും പ്രത്യക്ഷത്തിൽ തൊഴിൽ കിട്ടാനുള്ള സാദ്ധ്യതകളാണ് കണ്ടുവച്ചിട്ടുള്ളത്. മലയാളികളടക്കം ഭാരതത്തിലെ ഒട്ടുമിക്ക സംസ്ഥാനങ്ങളിലുള്ളവരും വിദേശ ഇൻഡ്യക്കാരും നടത്തുന്ന കമ്പനികളാണ് ഇവയൊക്കെത്താനും. നാടുവിട്ടു പോയ എല്ലാ പ്രവാസികളേയും പുനരധിവസിപ്പിക്കുവാൻ തക്ക കഴിവുള്ള പ്രോജക്ടുകളാണെല്ലാം.

നടക്കത്തില്ല. ചെങ്കൊടി വളർത്തിയതാണ്. കേരളത്തെ വിട്ടുകൊടുക്കില്ല. ഒരിക്കലും തളർത്താനാവില്ല. പിന്നല്ലേ വിരട്ടൽ.

ക്യാപ്റ്റന്റെ സ്വരം പതിവിലും ഉച്ചത്തിലായി.

നാടിനെ പിടിച്ചെടുക്കാൻ പദ്ധതിയിട്ടിട്ടുള്ള കൊളോണിയൻ ചാരന്മാരാണ് ഇതിനു പിന്നിൽ - അവർക്കു വിദേശഫണ്ടുമുണ്ട്.

ലണ്ടനിൽ നിന്നും അവർ ബിറ്റ്കോയിൽ പണം കൈപ്പറ്റിയതായി കണ്ടെത്തിയിട്ടുണ്ട്.

പോലീസ് മേധാവി ക്യാപ്റ്റനു മാത്രം കേൾക്കാവുന്ന ഉച്ചത്തിൽ രഹസ്യസ്വഭാവത്തോടെ പറഞ്ഞു.

പ്രകൃതി ഒരു ദീർഘനിശ്വാസത്തിനായിട്ടെന്ന പോലെ കുറച്ചു ദിനങ്ങൾ മഴമാറി നിന്നെങ്കിലും പിന്നേയും ചെയ്തു തുടങ്ങി.

ബുദ്ധന്റെ തീഷ്ണമായ മുഴക്കമുള്ള ശബ്ദം പേമാരി തീർത്ത മല വെള്ളപ്പാച്ചിലിനെക്കാൾ ശക്തമായി സോഷ്യൽ മീഡിയായിൽ പ്രകമ്പനം കൊണ്ടു.

കേരളം കേരളീയവരായവർക്ക്... രാഷ്ട്രീയക്കാർ കേരളത്തിനാവശ്യമില്ല. ഒന്നുകിൽ തൊഴിലാളി ജീവിതം തുടരുക അല്ലെങ്കിൽ കേരളം വിട്ടുപോകണം. ഇവിടെ ജോലി ചെയ്യുന്ന നൈപുണ്യമുള്ളവർക്കുമാത്രം.

സോഷ്യൽ മീഡിയായിലുടെ ആ സന്ദേശം കേരളത്തിലെ മുഴുവൻ ഗ്രാമങ്ങളിലും വസന്തപുലർകാല കുളിരുപോലെ അലയടിച്ചു.

ബുദ്ധന്റെ സംഘവും സെക്രട്ടേറിയേറ്റിനു ചുറ്റും മനുഷ്യവല സൃ

ഷ്ടിച്ചു. ബുദ്ധനും റാവുത്തരും അഹല്യയും സെക്രട്ടറിയേറ്റിന്റെ മുകൾനിലയിലെത്തി. മഴകനത്തു നഗരവീഥിയിലേ റോഡു കൾ നദികളായി. മഴ ശമിക്കുന്ന ലക്ഷണമില്ല. മഴ വകവയ്ക്കാതെ സംഘം ഒന്നൊന്നായി സെക്രട്ടറിയേറ്റിലേക്കു കയറി. തടുക്കുവാൻ നിയോഗിച്ചിരുന്ന പോലീസ് സംഘം മഴയിൽ കുതിർന്നു വിറച്ചു. സെക്രട്ടറിയേറ്റിലെ സുരക്ഷാക്രമീകരണങ്ങല്ലാം പെരുമഴയിൽ ഒലിച്ചു പോയി.

ബുദ്ധനും സംഘവും മുകൾ നിലയിലെത്തി. സുരക്ഷാജീവനക്കാർ വയർലസ് സന്ദേശം കൺട്രോൾ റൂമിലേക്കയച്ചു

ചില അജ്ഞാതർ സെക്രട്ടറിയേറ്റിനു മുകളിലുണ്ട്.

മഴ കാരണം കയറിയതാവാം, ലീവ് ഇറ്റ്.

സെക്രട്ടറിയേറ്റിന്റെ മുകളിലെ നിലയിൽ നിന്നിരുന്ന ബുദ്ധന്റേയും സംഘങ്ങളുടേയും അരികിലേക്ക് സംസ്ഥാന പോലീസ് മേധാവി നടന്നടുത്തു. ബുദ്ധന്റെ നേരെ നോക്കി.

ബുദ്ധൻ ചിരിച്ചു.

അഹല്യയുടെ കൈകളിൽ സൈഡിലായി ഒളിച്ചുവച്ചിരുന്ന ബാറിൽ പോലീസ് മേധാവിയു ടെ കണ്ണുടക്കി. പോലീസ് മേധാവി ആ ദുരൂഹമായ എന്തോ അപകടം മണത്തു. അദ്ദേഹം അര ബൽക്കാലെ കവറിൽ നിന്നും റിവോൾവർ എടുക്കും മുൻപേ റാവത്തരും കൂടെയുള്ളവരും ചേർന്ന് ഹാളിലെ തൂണിൽ അദ്ദേഹത്തെ വരിഞ്ഞു കെട്ടി. മേധാവിയുടെ ചെറുത്തനില്പിനെ ശക്തമായി തന്നെ റാവുത്തർ നേരിട്ടു. കൈകൾ രണ്ടും പുറകോട്ടു പിടിച്ചു കെട്ടി ശബ്ദം പുറത്തു വരാതിരിക്കുവാൻ വായി ടേപ്പൊട്ടിച്ചു. പോലീസ് മേധാവിയിൽ നിന്നും കൈക്കലാക്കിയ റിവോൾവർ അദ്ദേഹത്തിന്റെ തന്നെ നെറ്റിയിൽ മുട്ടിച്ച് പറഞ്ഞു.

നിങ്ങളെ തടവിലാക്കപ്പെട്ടിരിക്കുകയാണ്.

പോലീസ് മേധാവിയുടെ ജീവനു മുൻപിൽ സേന അന്തം വിട്ടു നിന്നു.

കേരളത്തിൽ കേട്ടുകേഴ്വിയില്ലാത്ത പ്രവൃത്തി' ഇതിനോടകം തന്നെ പട്ടാളം തലസ്ഥാന നഗരിയിൽ ബറ്റാലിയൻ കണക്കിനു നിരന്നു കഴിഞ്ഞു. ഇതിനിടയിൽ സെക്രട്ടറിയേറ്റിലേക്കു പാഞ്ഞടുത്ത ജനം ക്യാബിനറ്റ് യോഗം നടന്നിരുന്ന ഹാൾ പുറത്തു നിന്നും പൂട്ടി. ആരുടേയും ഫോൺ ശബ്ദിക്കാതിരിക്കുവൻ മോബൈൽ ജാമർ സജ്ജമാക്കി. സംഘം കരുതിയിരുന്ന വയലസ് മൈക്കിലൂടെ ജനകീയ കേരളത്തിന്റെ വോയിസ് ക്ലിപ്പ് പുറത്തു വന്നു

ക്യാപ്റ്റനും ക്യാബിനറ്റ് മന്ത്രിമാരും പോലീസ് മേധാവിയും ഞങ്ങളുടെ തടവിലാണ്. ടെലിവിഷൻ ചാനലുകൾ ലൈവ് റിപ്പോർട്ടിനൊ

പ്പം വിശകലനവും ആരംഭിച്ചു. റാവുത്തർ സോഷ്യൽ മീഡിയായിലെ ജനകീയ കേരളം ലൈവിലെത്തി

കേരളം കേരളിയർക്ക് എന്ന ജനകിയ ആസൂത്രണ പദ്ധതി നടപ്പാക്കുവാന്നാണ് ജനകീയ പിൻതുണയോടെയുള്ള ഞങ്ങളുടെ ശ്രമം. സംസ്ഥാന പോലീസ് രഹസ്യാന്വേഷണ വിഭാഗത്തെ മറച്ചു വച്ച് കേരളം മുഴുവൻ ഞങ്ങൾ ഗ്രാമ - നഗരവാസികളെ സംഘടിപ്പിച്ച ശക്തരാണ്. ഞങ്ങളെ ഒന്നു തോടുവാൻ പോലും കഴിയാത്ത വിധത്തിൽ ഞങ്ങൾ വളർന്നു കഴിഞ്ഞു. കേരള ഇല്യൂമിനാറ്റി ഏജൻസി. ഞങ്ങൾ അവരുടെ പ്രവർത്തകരാണ്. അവരുടെ പുതിയ ശാസ്ത്രീയ -സാമ്പത്തിക കാഴ്ചപ്പാടുകളാണ് കഴിഞ്ഞ കാൽ നൂറ്റാണ്ടുകളായി നിങ്ങൾക്കിടയിലേക്കു പ്രചരിപ്പിക്കുന്നത്. ഇനി ആവശ്യം ഭരണം ഞങ്ങളുടെ പ്രതിനിധികളെ ഏല്പിക്കുക ഞങ്ങളുടെ നാട്ടുകൂട്ട നിർദ്ദേശപ്രകാരം ഉദ്യോഗ്രസ്ഥർ നാടുഭരിക്കും അഴിമതി ലേശമെങ്കിലും ഉണ്ടായാൽ പരസ്യമായ നാട്ടുകൂട്ട വിചാരണ നേരിടേണ്ടിവരും. പൗരാവകാശധ്വംസനത്തിനെതിരെ അവർക്കും നീതിന്യായ കോടതിയെ സമീപിക്കാം.

കേരളത്തിലെ പ്രബുദ്ധരായ നാട്ടുകൂട്ടത്തിനെ ഞങ്ങളുടെ കേരളിയം രഹസ്യ അന്വേഷണ ഏജൻസിയാണ് ഇത്രയധികം സാമൂഹ്യ പ്രതിസന്ധതയുള്ള ജനങ്ങളെ ഏകോപിച്ചത്. കേരളം വിട്ടുപോയ പ്രബുദ്ധരായ ബുദ്ധിജീവികളെ, പ്രവാസികളെ ഏകോപിപ്പിച്ചുള്ള ഭരണം ബുദ്ധന്റെ സാന്നിദ്ധ്യത്തിൽ. ഇത്രയും പറഞ്ഞു നിർത്തിയതോടെ സോഷ്യൽ മീഡിയയിൽ ലൈക്കുകളുടെ പ്രളയമായി.

അനിശ്ചിതത്വം ഒരു പകർച്ചവ്യാധിപോലെ ഭരണകൂടത്തെ ബാധിച്ചു. എന്തു ചെയ്യണമെന്നറിയാതെ അവർ പകച്ചു. ബാക്കിയുള്ള പോലിസ് മേധാവികൾ രക്ഷപെടുവാനുള്ള മാർഗ്ഗങ്ങൾ പരസ്പരം തേടി.

ഒരു താക്കീതെന്ന പോലെ റാവുത്തർ ദൃഢസ്വരത്തോടെ പറഞ്ഞു. പോലീസ് ഞങ്ങൾക്കെതിരെ എന്തെങ്കിലും ബുദ്ധിശൂന്യമായ പ്രയോഗം നടത്തുവാൻ ശ്രമി ച്ചാൽ ക്യാപ്റ്റൻ ഉൾപ്പെടെയുള്ള ക്യാബിനറ്റു മതിന്മാരും പോലീസ് മേധാവിയും ഈ ഭൂമുഖത്തു നിന്നുതന്നെ നിസ്ക്കാഷിക്കപ്പെടും

അവർക്കു കൂടി ത്തലോചിക്കുവാനുള്ള മാർഗ്ഗങ്ങളെല്ലാം തന്നെ ജാമറുകൾ ഉപയോഗിച്ച് നിർവീര്യമാക്കിയിരുന്നു

പടിഞ്ഞാറൻ കാറ്റിന്റെ ശക്തി ഏറി വന്നു കൊണ്ടിരുന്നു. അറബിക്കടലിലെ തിരമാലകൾ സംഹാര രുദ്രതയോടെ തീരത്തേക്കാത്തടിച്ചു കയറി. ഒരു യുഗത്തിന്റെ നാശത്തിന്റെ സാക്ഷ്യം പോലെ.

11

ദുഃഖം താങ്ങാനാകാതെ കാതറിൻ മുഖം പൊത്തിപ്പിടിച്ചു വിണിപ്പൊട്ടി കരഞ്ഞു.

ഒരേ ഒരു ഇരുപ്പിലെത്രനേരം അവിടെ ഇരുന്നെന്ന് ഒരോർമ്മയുമില്ല. കരി പിടിച്ചു വികൃതമായ ആ മുറിയിൽ ശ്വാസത്തിനു പോലും ബുദ്ധിമുട്ടനുഭവപ്പെട്ടു. വളരെപ്പണിപ്പെട്ട് മനസിനെ ശാന്തമാക്കി ഒരന്നുരണ്ടു ദീർഘ നിശ്വാസങ്ങൾക്കു ശേഷമവൾ നിവർന്നിരുന്നു.

“ഹോ... ഐ കാൺഡ്.”

പിന്നേയും വിഷമം അവളെ വിട്ടു പിരിയാനാവാതെ ചുറ്റിപ്പിടിച്ചു.

“മോളേ കാതറിൻ...”

അമ്മയുടെ ശബ്ദം.

അതെ അമ്മയുടെ ശബ്ദം. അവൾ പകച്ച് ചുറ്റും നോക്കി. തനിക്കു തോന്നിയതാണോ? കേട്ടതാണല്ലോ... ഇരിപ്പിടത്തിൽ നിന്നും അവൾ ചാടിയെഴുന്നേറ്റു. ചുറ്റുംനോക്കിനിന്ന കാതറിന്റെ തൊണ്ടയിൽ നിന്നും ശബ്ദം പുറത്തു വന്നില്ല.

പൂർണ്ണമായും അഗ്നിക്കിരയായ വീടിന്റെ നിലവറയിലെ ഇരുളടഞ്ഞ മുറിയിൽ കാതറിന്റെ അച്ഛൻ ഇരിപ്പുണ്ടായിരുന്നു. അവൾ അവിടെനിന്നും സാവധാനം ഗോവണിപ്പടികൾ ഇറങ്ങി താഴേക്കു ചെന്നു. വളർന്നു തുടങ്ങിയ താടിരോമങ്ങൾ തടവി ചാരുകസേരയിൽ അച്ഛൻ ഇരിക്കുന്നുണ്ടായിരുന്നു. ചുറ്റും ചിതറിയ പുസ്തകങ്ങൾ. വീടുമുഴുവനും അഗ്നിഭക്ഷിച്ചെങ്കിലും ഭൂമിക്കടിയിലേക്ക് ആഴ്ന്നിറന്നുവാൻ അഗ്നിക്കായില്ല. അഗ്നിക്കുമുകളിലേക്കല്ലെ ജ്വലിക്കുവാനാകൂ...

അതുകൊണ്ട് അച്ഛന്റെ മുറിയിലെ സാധനങ്ങളൊന്നും നശിക്കാതെ കിട്ടി.

കാതറിൻ കുറേനേരം അച്ഛനെ നോക്കി നിന്നു. അവൾ വന്നെന്ന് വിൻഫ്രഡ് അറിഞ്ഞെങ്കിലും അവളെ നോക്കിയില്ല.

"ഹോ - ഈ നശിച്ച ജനറേഷൻ ഗ്യാപ്പ്."

കാതറിൻ പണ്ടു എന്തിനുമേതിനും പറയുമായിരുന്നത് അപ്പോൾ അയാൾ ഓർമിച്ചു.

ഞങ്ങൾ മൂന്നു പെൺമക്കളാകുന്ന ന്യൂക്ലിയസിനു ചുറ്റും കറ

ങ്ങുന്ന ഇലക്ട്രോൺ ആണ് ഞങ്ങളുടെ പപ്പാ.

അച്ഛനെ കുറിച്ച് കൂട്ടുകാരികളോടു പറയാറുള്ളത് കാതറിനും അറിയാതെ ഓർത്തു പോയി..

കേരളത്തിൽ നിന്നും തന്റെ സാധനസാമഗ്രികളോടൊപ്പം ഒരു കെട്ടു സ്വപ്നവുമായാണ് പപ്പ ലണ്ടനിലേക്കു കുടിയേറിയത്. ലണ്ടനിൽ ജീവിതം പച്ചപിടിച്ചു തുടങ്ങി. ഞങ്ങൾ മക്കൾ മൂന്നുപേരുംമമ്മിയുമാടങ്ങുന്ന കുടുംബം സന്തോഷകരമായി തുടർന്നു.

ലണ്ടനിൽ ലാഭകണ്ണുവയ്ക്കാതെയുള്ള കച്ചവടം ചെയ്തുതുടങ്ങിയപ്പോഴെ സുഹൃത്തുക്കളും ബന്ധുക്കാരുമൊക്കെ പപ്പയുടെ അശാസ്ത്രീയമായ പോക്കിനെ എതിർത്തു.

കാൽക്കുലേഷൻ വേണം.

ഈ പെൺമക്കൾക്ക് ജീവിക്കുവാൻ സമ്പാദ്യം വേണ്ടെ?

ഇവർ തന്നെയാണ് എന്റെ സമ്പാദ്യം...

എന്റെ മനസിലെ ശരികൾ അവരുടെ ജീവിതത്തെ നേർവഴി കൊണ്ടെത്തിക്കും അതാണ് കർമ്മബന്ധം.

മമ്മി കയർക്കുമായിരുന്നു. എന്തുമഠയത്തരമാണിതെന്ന്...

എന്റെ ചിന്തയാണ് എന്റെ മക്കൾ. അതിലെ ശരികൾ അവർക്കു തിരിച്ചറിയാതിരിക്കുവാനാകില്ല.

ജീവിതം വേറെ, ജീവനോപാധി വേറെ. ജീവിതം കരുണാമയമായിരിക്കണം. രണ്ടും ഒരോ മനസിൽ താളം പിടിക്കുമ്പോൾ തെറ്റുന്ന ശ്രുതിഭംഗമാണ് യഥാർത്ഥ ജീവിതം' ഈ യാഥാർത്ഥ്യ തിരിച്ചറിവാണ് മനുഷ്യനിൽ കാരുണ്യം ജാതമാക്കുന്നത്.

കാൽക്കുലേഷൻ വേണം. ആ മുന്നറിയിപ്പ് ഭംശിക്കുവാനായി ഫണം ഉയർത്തിനിൽക്കുന്ന പാമ്പിനെപ്പോലെ വിൽഫ്രഡ്ന്റെ സ്വപ്നങ്ങളെ വേട്ടയാടി കൊണ്ടിരുന്നു. ലണ്ടൻ തെരുവീഥികളിൽ അച്ചാർ വിറ്റു നടന്നിരുന്ന വിൽഫ്രഡ് ജീവിത ചൂതാട്ടത്തിൽ വിജയിച്ചു. അച്ചാർ ബഹുരാഷ്ട്ര കമ്പനികൾ ഏറ്റെടുത്തു. ജീവിത വിജയങ്ങൾ അതിനെയാണ്. വിജയത്തിന്റെ കൊട്ടാരത്തിലെ തടവറയിൽ അടക്കപ്പെട്ടവരാരും എപ്പോഴും പുറത്തു ചാടാൻ വെമ്പൽ പൂണ്ടിരിക്കും. സാഹചര്യം ഒത്തുവന്നാൽ പരാജയം വിജയത്തിന്റെ മണിസൗധം തകത്തു പുറത്തുവരും ചിലപ്പോഴതു സർവ്വ നാശത്തിനു വഴിച്ചേക്കാം. അതുപോലൊരു പരാജയമായിരുന്നു അഗ്നിബാധയുടെ രൂപത്തിൽ എത്തിയത്.

ആ രാത്രി വിൻഫ്രഡിന്റെ ജീവിത വിജയഗോപുരത്തിൽ അഗ്നിബാധമായതു ആളിപ്പടർന്നു കടയും വീടുമെല്ലാം ചാമ്പലാക്കിക്കളഞ്ഞു. ഈ നിലവറയൊഴിച്ച്...

യുദ്ധത്തിൽ തോറ്റ രാജാവിന് അധികാരം പിന്നെ അപഹർഷതമായിരിക്കും.

സഹതാപങ്ങളുടേയും വിമർശനങ്ങളുടേയും ഇരയായി മാറി വിൻഫ്രഡ്. കേട്ടുമടുത്തു. എല്ലാമുപേക്ഷിച്ച് നാട്ടിലേക്കുതിരിച്ചു മടങ്ങണം. അതായി വിൽഫ്രഡിന്റെ ചിന്ത' നാട്ടിലേക്കു പോകണമെങ്കിൽ നാട് ഇങ്ങനെ ആയിരിക്കുവാൻ പാടില്ല.

അയാളുടെ തീരുമാനം കേട്ട സുഹൃത്തുക്കൾ ഉപദേശിച്ചു

എല്ലാം ചിന്തിച്ചു വേണം.

അതു തന്നെയാ ചെയ്യുന്നത്.

കാലം ഏറെ മുന്നോട്ടൊഴുകി.

കേരളം ഭരിക്കുന്ന ഇൻഡ്യൽ ഇന്റലിജൻസ് സർവീസ് ആൻഡ് ഇൻഡ്യൻ ഇല്ലുമിനാറ്റി സൊസൈറ്റിയുടെ ചെയർപേഴ്സണായി വിൽഫ്രഡിന്റെ മകൾ കാതറിൻ തിരഞ്ഞെടുക്കപ്പെട്ടു. കാതറിൻ തന്റെ ലണ്ടനിലെ ഓഫീസിലിരുന്ന് കേരളത്തിലെ പ്രതിനിധികളുമായി ആശയവിനിമയനേരം വ്യക്തമാക്കി.

വർഷം പത്തുലക്ഷമോ അതിൽ കൂടുതലോ വരുമാനമുള്ളവർക്കുമാത്രം അംഗത്വം കൊടുക്കുന്ന രഹസ്യ ഏജൻസിയാണ് ഇൻഡ്യൻ ഇല്യൂമിനാറ്റി സൊസൈറ്റി. ലോകമെമ്പാടുമുള്ള മലയാളികൾ തിരികെ കേരളത്തിന്റെ മോചനത്തിനായി കുടിയേറുക ഇപ്പോൾ എഴുന്നൂറു മെംബർമാരാണ് സൊസൈറ്റിയിലുള്ളത്. ഏകദേശം എഴുന്നൂറു ബില്യൻ ഡോളറാണ് സൊസൈറ്റിയുടെ നീക്കിയിരിപ്പ്. ഇതുവരെയുള്ള എല്ലാ കടബാധ്യതകളും തീർത്തുകഴിഞ്ഞു.

കാതറിൻ തന്റെ സന്ദേശം പ്രതിനിധിസംഘങ്ങളെ അറിയിച്ച ശേഷം സീറ്റിൽ ഒന്നിളകിയിരുന്നു - കാതറിനു തോന്നി താനിപ്പോഴും പപ്പയുടെ മുന്നിൽ വന്നു നില്ക്കുന്നതായി.

ഞാൻ പറഞ്ഞില്ലേ മോളെ, ലണ്ടനിലിരുന്നു നീ കേരളം ഭരിക്കുമെന്ന്...

കാതറിന്റെ ശ്രദ്ധ വീണ്ടും വീഡിയോ കോൺഫ്രൻസിലേക്കു തിരിഞ്ഞു. വേണ്ട നിർദ്ദേശങ്ങൾ കൊടുത്തശേഷം കേരളത്തിലേക്കു പോകുവാൻ തന്റെ ഫ്ളൈയിങ്ങ് പാടുകൾ കാതറിൻ റീചാർജ്ജ് ചെയ്തു.

സൂഷ്മമായ സോളാർ പാനലുകൾ ഘടിപ്പിച്ച ഫ്ളൈയിങ് പാഡ് ധരിച്ച് ചൂണ്ടുവിരൽ കൊണ്ട് റിമോട്ടിലേക്ക് ഒരു ശ്രുതിഗീതം പോലെ മീട്ടി. ആകാശക്കെട്ടിലൂടെയുള്ള യാത്രകൾ കാതറിനു സുഖമുള്ള അനുഭൂതിയായിരുന്നു. ദേശാടന പക്ഷിയേപോലെ ഭൂഖണ്ഡങ്ങൾ താണ്ടി കേരളത്തിന്റെ തലസ്ഥാനനഗരിയിൽ പറന്നിറങ്ങി.

സെക്രട്ടറിയേറ്റിനു മുകളിലെ വിശാലമായെ ടെറസിലെ ഹെലിപ്പാഡിൽ ഗോൾഡൻ സെക്യൂരിറ്റി സർവീസിലെ ഉദ്യോഗസ്ഥന്മാർ കാതറിനെ സ്വീകരിച്ച് സൈന്റിഫിക്ക് കാബിനറ്റ് റൂമിലേക്കു കൊണ്ടുപോയി. ഇല്യൂമിനാറ്റി സൊസൈറ്റിയിലെ ചില അംഗങ്ങൾ നേരത്തെ തന്നെ ക്യാബിനറ്റ് റൂമിൽ സന്നിഹിതരായിരുന്നു. മറ്റ് സംഘാംഗങ്ങൾ കംപ്യൂട്ടർ കോൺഫ്രറൻസ് സിസ്റ്റത്തിലൂടെ കണ്ടുകൊണ്ടിരുന്നു.

ജാതിമത വർഗ്ഗ വൈരാഗ്യങ്ങളും ഗുണ്ടായിസവും മയക്കുമരുന്നും കൂടി തകർത്തു തരിപ്പണമാക്കിയ കേരളത്തെ കേന്ദ്രസർക്കാരിന്റെ മേൽനോട്ടത്തിൽ ഐഐഐഎസ്സ് ഏറ്റെടുത്തിട്ട് ഇന്നേക്ക് കാൽനൂറ്റാണ്ടായി. ശതകോടീശ്വരന്മാരായ വിദേശക്കമ്പനിക്കാരുടേതിനെക്കാൾ 1 ബില്യൻ അധികവില കൊടുത്താണ് വികസനം നടപ്പാക്കുവാൻ ഏറ്റെടുത്തത്. പത്തു വർഷത്തെ ബിസിനസ്സുകാരുടെ നികുതിപണം മാത്രം മതി നമ്മൾ വാങ്ങിയ ഈ മുടക്കു മുതൽ തിരികെ കിട്ടാൻ. പിന്നെ നികുതി നൽകാത്ത ഏക സ്റ്റേറ്റായി കേരളം മാറും. ജനങ്ങളുടെ പേരിൽ അധികാരത്തിൽ വന്ന് ജനങ്ങളെ കൊള്ളയടിച്ചിരുന്ന ജനാധിപത്യമെന്ന പ്രഹസനത്തിന്റെ അന്ത്യം കൂടിയാണെല്ലോ.

കാതറിൽ അപ്പോൾ തന്റെ പപ്പയെ ഓർത്തു.

ഒരച്ഛൻ മകൾക്കു നൽകിയ ഉപദേശത്തിന്റെ പ്രായോഗിക തലമാണ് ഇപ്പോഴത്തെ പുതിയ കേരളം. ലോക പ്രശസ്തമായ ആഗോള വൻകിട കോർപ്പറേറ്റു കമ്പനികളുടെ കേരള സി ഈ ഒമാരും സാമ്പത്തിക ക്രമത്തിൽ അംഗത്വമെടുത്തവരും കൂടാതെ ശാസ്ത സാങ്കേതിക ലോകത്തിൽ പ്രശസ്തിയാർജിച്ച പ്രൊഫഷണൽ ഉപദേഷ്ടാക്കളും അടങ്ങിയ ഒരു പാനലാണ് കാതറിൻ ചെയർപേഴ്സണായി കേരള ഭരണം ഏറ്റെടുന്നത്. ധനശേഷിയും അർപ്പണമനോഭാവവുമുള്ള പത്തുപേരിൽ നിന്നും ഓരോ മൂന്നു വർഷം കൂടുമ്പോഴും സിഈഒമാരെ തിരഞ്ഞെടുക്കുക

ആത്മഹത്യ, കൊലപാതകം, കൈക്കൂലി, റോഡപകടങ്ങൾ, സ്ത്രീ പീഡനങ്ങൾ, അന്ധവിശ്വാസഅക്രമങ്ങൾ എന്നിവ കഴിഞ്ഞ വർഷവും റിപ്പോർട്ട് ചെയ്തിട്ടില്ല.

സംസ്ഥാന ഡിജിപി അഖിൽഘോഷ് മീറ്റിങ്ങിൽ കാതറിനെ അറിയിച്ചു.

കേരളത്തിലെ എല്ലാ ജില്ലകളിലും പഞ്ചായത്തുകളിലും സീക്രട്ട് സർവീസ് വർക്കേഴ്സുവഴി സമാഹരിച്ച ഡേറ്റകൾ വച്ച് ആർട്ടിഫിഷ്യൻ ഇന്റലിജന്റ്സ് വഴിയാണ് ഭരണം കുറ്റമറ്റ രീതിയിൽ വിജയി

പ്പിക്കുവാനായത്.

കാതറിന്റെ കണ്ണുകൾ മിനിറ്റു മുറയ്ക്കു അപ്റ്റുഡേറ്റാകുന്ന ഡിജിറ്റൽ ഇൻഫർമേഷൻ സ്ക്രീനിലായിരുന്നു.

കാതറിന്റെ ക്യാബിനിലിരുന്നാൽ കേരളീയ ഗ്രാമങ്ങളിലെ മുക്കും മൂലയും സ്ക്രീനിൽ കാണാനാകും. ഓരോ വീടുകളുടെയും ഉമ്മറപ്പടി വരെ ക്യാമറാ കണ്ണുകളുണ്ട്. വീടുകളിലെ സ്വകാര്യ മുറികളൊഴികെയുള്ളവ ഭരണകൂടത്തിനു കാണുവാനാകും. സ്വതന്ത്ര ദുരുപയോഗങ്ങളെല്ലാം ആർട്ടിഫിഷ്യൽ ഇന്റലിജൻസുവഴി തുടക്കത്തിലെ നടയിട്ടു. എല്ലാവരേയും അറിയിച്ചിട്ടുണ്ട് ഭരണകൂടത്തിന്റെ നിരീക്ഷണത്തിലാണെന്ന കാര്യം. വീടുകളും റോഡുകളും എന്തിനു കുടുസ്സായ ഇട വഴികൾ പോലും നിരീക്ഷണ വിധേയമാക്കുവാൻ ബട്ടർഫ്ളൈ റോബോട്ടുകളെയാണ് വിന്യസിപ്പിച്ചിരിക്കുന്നത്. സർക്കാരിനു ആനാവശ്യ ചിലവ് ചുരുക്കുവാൻ ഇതുസഹായകമാകും.

കാതറിന്റേയും കേന്ദ്രസംഘത്തിന്റേയും പ്രത്യേക കൂടിക്കാഴ്ചകൾ കാശ്മീർ - പാക്കിസ്ഥാൻ അതിർത്തിയിലുള്ള മുഴുവൻ സൈനികരേയും പിൻവലിച്ചു. പകരം അതിനൂതന നിരീക്ഷണശേഷിയുള്ള ആർട്ടിഫിഷ്യൽ ഇൻലിജൻഡ് റോബോട്ടുകളും അവയെ നിയന്ത്രിക്കുന്ന റഡാറുകളും സ്ഥാപിച്ചു. ഡൽഹിയിലെ കൺട്രോൾ റൂമിലിരുന്ന് ഇൻഡ്യയുടെ മുഴുവൻ വടക്കുകിഴക്കന്നതിർത്തികളിൽ സ്ഥാപിച്ചിട്ടുള്ള റഡാറുകളെ നിയന്ത്രിക്കാം. ചാവേറുകളെപ്പോലെയാണ് റോബോട്ടുകൾ. ശത്രു സാന്നിദ്ധ്യം ഉണ്ടായാൻ ആക്രമണം. റോബോട്ടുകളുടെ നിർമ്മാണ രഹസ്യം ചോർന്നു പോകാതിരിക്കുവാൻ ആക്രമണ ശേഷം അവ സ്വയം തീ പിടിച്ചുനശിക്കും. അത്തരത്തിലാണ് അതിന്റെ നിർമിതി.

കാട്ടിലും കൊടുംതണുപ്പിലും രാപ്പകൽ കഷ്ടപ്പെട്ടിരുന്ന ജവാന്മാരുടെ കഷ്ടപ്പാടിൽ നിന്നു മുക്തിയായി. നിലവിലുണ്ടായിരുന്നവർക്കൊക്കെ അതതു സംസ്ഥാനങ്ങളിൽ സ്വയം സംരംഭ സ്റ്റാർട്ട് അപ് ബിസിനസ് തുടങ്ങുവാനും അവ തുടർന്നു നടത്തുവാനുമുള്ള അനുമതി സർക്കാർ നടപ്പിലാക്കി.

പഴയ കടലാസ് കറൻസിയുടെ തിരോധാനവും ബിറ്റ് കോയിൻ സമ്പ്രദായത്തിന്റെ ആഗമനവും എല്ലാത്തരം ക്രയവിക്രയങ്ങളുടെ നിയന്ത്രണം സർക്കാരിലായി. ലാഭത്തിനുള്ള ടാക്സ് നേരിട്ട് കച്ചവടക്കാരുടെ ബാങ്ക് അക്കൗണ്ടുകളിൽ നിന്നും പിടിക്കുന്നതിനാൽ ആ ടെൻഷനും കച്ചവടക്കാർക്കില്ല.

ജനപ്രതിനിധികളും ഉദ്യോഗസ്ഥന്മാരും കൂടെ തട്ടിയെടുത്ത ഇരുപത്തിയഞ്ചു വർഷത്തെ അഴിമതിത്തുക ഒന്നിച്ചു കൂട്ടിയാൽ കേ

രളത്തിന്റെ പൊതുകടം മുഴുവൻ കൊടുത്തു തീർക്കാമായിരുന്നു. ഇനിയും ഒരു ജനാധിപത്യ പരീക്ഷണം വേണ്ട എന്ന മുദ്രാവാക്യമാണു ട്രോളായി എല്ലാ ദിവസവും സോഷ്യൽ മീഡിയായിൽ വന്നു കൊണ്ടിരിക്കുന്നത്.

പുലർച്ചയുള്ള കേരള ടിവി ഇല്യൂമിനാറ്റി ചെയർപേഴ്സൺ കാതറിന്റെ പ്രഭാഷണം സംപ്രേഷണം ചെയ്തു തുടങ്ങി.

ജനാധിപത്യമര്യദകൾ എല്ലാം കാറ്റിൽ പറത്തിക്കൊണ്ട് ഏതു തരികിടയിലൂടേയും അധികാരത്തിൽ വരുന്ന ഭരണാധിപന്മാരാണ് ഇന്നു ലോകം എമ്പാടും. നേരിയ ഭൂരിപക്ഷം, തൂക്കുമന്ത്രിസഭ ന്യൂനപക്ഷ പ്രീണനം, ഭീഷണി, പണം ഇറക്കി പ്രതിപക്ഷത്തെ വില കൊടുക്കൻ, എന്നിങ്ങനെ ഭരണത്തിൽ തൂങ്ങിക്കിടക്കുന്നതാണു ഇന്നു ലോകജനാധിപത്യം.

രാജ്യത്തിന്റെ നിയമ സംവിധാനം, മനുഷ്യാവകാശം എല്ലാം നിഷേധിച്ചു ജനങ്ങളുടെ പ്രതീക്ഷയായിരുന്ന ജനാധിപത്യമെന്ന മഹത്തായ ആശയം നശിപ്പിച്ചു കിരീടമില്ലാത്ത രാജാക്കന്മാരെ സൃഷ്ടിക്കലായി മാറി ഇന്നു തെരഞ്ഞെടുപ്പു പ്രക്രിയ..

സർക്കാർ ജോലിയും ജനങ്ങളെ ചൂഷണം ചെയ്യുവാനുള്ള ഉപാധിയാക്കി മാറ്റി. എന്നാൽ സർക്കാർ ശമ്പളം പറ്റി ജനത്തിന്റെ കൈയ്യിൽ നിന്നും കിമ്പളവും വസൂലാക്കി അവരെ വല ക്കുകയും പെൻഷൻപറ്റി സുഖമായി ജീവിക്കുകയും ചെയ്തിരുന്ന രീതി ഇപ്പോൾ കേരളത്തിൽ ഇല്ല. മറിച്ച് എല്ലാവർക്കും തുല്യ പെൻഷൻ നടപ്പാക്കിയതോടെ വൃദ്ധരായ നമ്മുടെ അച്ഛനമ്മമാർ വളരെ സന്തോഷത്തിലും സംതൃപ്തിയിലുമാണ്. അറുപതുവയസു കഴിഞ്ഞ എല്ലാ പേർക്കും ഒരേ ക്ഷേമ പെൻഷൻ. വൃദ്ധസദനങ്ങൾ ഇല്ലാതായി. വയസായവർക്കല്ലാം ആവശ്യം ഒരുപോലെയാണ്. അതിനാൽ അവർക്കു ലഭ്യമാകുന്ന തുകയും ഒരുപോലെ. എവിടെ പോകാനും ഇഷ്ട ഭോജ്യങ്ങൾ കഴിക്കാനും കൈയ്യിൽ ആവശ്യം പോലെ പണം. അഴിമതിയിലൂടെ നാടിനെ ചതിച്ചിരുന്ന ഭരണാധിപന്മാരാണ് കേരളത്തെ കഴിഞ്ഞകാല കാലാവസ്ഥയിൽ കൊണ്ടെത്തിച്ചത്.

പുതിയ ഭരണസംവിധാനം കേരളീയ ജനതയെ പുത്തൻ ഉണർവിൽ എത്തിച്ചിരിക്കുകയാണ്. പുതിയ ഭരണ സംവിധാനത്തെക്കുറിച്ച് ചെയർപേഴ്സൺ ഉദ്ബോധിപ്പിച്ചു കൊണ്ടിരുന്നു.

ലോകരാഷ്ടങ്ങളിലെ മുഴുവൻ ടെലിന്യൂസ് സർവ്വീസ് ചാനലുകളും കേരളം നികുതിരഹിതസംസ്ഥാനമായി മാറിയത് പ്രഖ്യാപിച്ചതിന്റെ ഇന്റർവ്യൂ സംപ്രേഷണം ചെയ്തു.

ലോകരാജ്യങ്ങൾ ഉണ്ടായതു മുതൽക്കെ നികുതി സമ്പ്രദായം

ഉണ്ടായിരുന്നല്ലോ. എങ്ങിനെയാണ് താങ്കൾ കേരളത്തിലെ സിവിലിയനെ നികുതി മുക്തനാക്കിയത്.

അല്പ നേരത്തെ മൗനത്തിനു ശേഷം കാതറിൻ പറഞ്ഞു തുടങ്ങി.

അച്ഛനാണ് എന്റെ എല്ലാ ചിന്തകൾക്കും ഉറവിടം. അച്ഛന്റെ സങ്കല്പങ്ങളിലൂടെ യാത്ര ചെയ്ത് ഞാനതു യാഥാർത്ഥ്യമാക്കി. ഉറക്കത്തിൽ കാണുന്ന നല്ല യഥാർത്ഥ സ്വപ്നം. അതു നമ്മുടെ ഉറക്കം കെടുത്തുന്നതാണെന്ന് എ പി ജെ അബ്ദുൾക്കലാം പറഞ്ഞിട്ടുള്ളതായി ഞാൻ വായിച്ചിട്ടുണ്ട്.

ഇൻഡ്യൻ ഇന്റലിജൻസ് എന്ന രഹസ്യ സംഘടനക്കു കേരളത്തിൽ വേരോടി തുടങ്ങിയപ്പോൾ തന്നെ പോലീസിലെ സത്യസന്ധരായ അനേകം പോലീസ് ഉദ്യോഗസ്തന്മാർ ആശയത്തെ അകമഴിഞ്ഞു സഹായിച്ചു. പക്ഷേ ഈ പ്രവർത്തനങ്ങളുടെ വ്യാപ്തി മൂഢന്മാരും സുഖലോലുപരുമായ രാഷ്ട്രീയ നേതൃത്വം അറിഞ്ഞിരുന്നില്ല. സാംസ്കാരിക നായകന്മാരും നിയമവിദഗ്ധരും ചാനൽ ചർച്ചകളിലൂടെ കേരളത്തെ അവഹേളിച്ചപ്പോൾ കോടതി പോലും കോമാളിയായില്ലേ. ജനങ്ങൾ ഞങ്ങളോടൊപ്പമായിരുന്നു. ഞങ്ങൾ ശമ്പളം വാരിക്കോരി നൽകുന്നില്ല. ശമ്പളത്തിനു പരിമിതിയുണ്ട്. സർക്കാർ ഉദ്യോഗം സേവനമേഖലയാണ്. സേവനത്തെ സേവനമായി കാണണം. അതിനു പ്രവിലേജ് കൂടും. വേതനം കുറയും.

അധികാരം കൂടും. പ്രബുദ്ധത മലയാളിയിൽ നശിച്ചിട്ടില്ല. അതാണു പുതിയ കേരളം.

ഒരുമാത്ര കാതറിൻ ശ്വാസമെടുക്കുവാനായി നിർത്തി. വീണ്ടും തുടർന്നു.

ഇനി നികുതിയെ കുറിച്ചു പറയാം. ജീവിക്കുവാൻ നികുതി കൊടുക്കേണ്ടതു ജനങ്ങളല്ല. കച്ചവടക്കാർ അവരുടെ ലാഭത്തിൽ നിന്നും സർക്കാരിലേക്ക് അടയ്ക്കുന്നുണ്ട്. അതുമതി. കച്ചവടക്കാരുടെ ലാഭനഷ്ടക്കണക്കുകളെല്ലാം സ്ക്രീൻ ചെയ്യുന്നുണ്ട്. അവർ നൽകുന്ന നികുതി മാത്രം മതി എല്ലാ ശമ്പളവും പൂർണ്ണമായി കൊടുക്കാൻ. മുൻപു ചിലവഴിച്ചിരുന്ന മന്ത്രിമാരുടെ ധൂർത്തിന്റെ പണം ജനക്ഷേമകാര്യങ്ങൾക്കായി ചിലവിടുന്നു. ലോകമെമ്പാടും ചിതറിക്കിടക്കുന്ന മലയാളികളെ ഇവിടെ സ്ഥിരമായി താമസിപ്പിച്ച് മുതൽ മുടക്കി ബിസിനസ് ചെയ്യുവാൻ ഏജൻസി പ്രതിജ്ഞാബദ്ധമാണ്. നിക്ഷേപക ചാനലുകൾ സർക്കാരിനു നിയന്ത്രിക്കാൻ കഴിയുന്ന തരത്തിൽ സുതാര്യവും സുരക്ഷിതവുമായിരിക്കും.

മൈക്രോ റോബോട്ടുകളാണ് മറ്റൊരു വിഭാഗം. ഇവരിൽ ഡേറ്റാ ഇൻസർട്ടു ചെയ്ത് ഏത് ഓഫീസിൽ വേണമോ പറഞ്ഞു വിടാം.

അവിടെയുള്ള ഉദ്യോഗസ്ഥരുടെ ചിന്തകൾ വരെ ആർട്ടിഫിഷ്യൽ ഇന്റലിജൻസ് വഴി കൺട്രോൾ റൂമിലേക്കയക്കും. അപ്പോൾ തന്നെ ആ ഉദ്യോഗസ്ഥരുടെ ലാപ്പിലേക്ക് അലർട്ട് സന്ദേശമെത്തും. ഇനി അവർ എന്തു ചെയ്യണമെന്ന നിർദ്ദേശവും അവർക്കു ലഭിക്കും. അഴിമതിരഹിത ഓഫീസുകളാണ് കേരളത്തിലിപ്പോഴുള്ളത്.

അച്ഛനെ കുറിച്ചു സൂചിപ്പിച്ചിരുന്നെല്ലോ... ആരായിരുന്നു അദ്ദേഹം.... കുടുംബം....

അച്ഛൻ വിൽഫ്രഡ് ഒരു കഠിനാദ്ധ്വാനിയായിരുന്നു. ലണ്ടനിൽ കുടിയേറ്റക്കാരനായ അദ്ദേഹത്തിന്റെ നിക് നെയിം മാവേലി. അഞ്ചു പതിറ്റാണ്ടത്തെ സ്വപ്നം പൂവണിഞ്ഞില്ല. ഒരു ദിനം വീടും തന്റെ മാവേലി എന്ന സ്വപ്ന സ്ഥാപനവും അഗ്നിക്കിരയായി. അതിനു ശേഷം അച്ഛന്റെ സാമ്രാജ്യം നിലവറയായിരുന്നു. അവിടുത്തെ ഭാരിച്ച ഗ്രന്ഥക്കുമ്പാരം എന്നെ വിളിച്ചു തന്നു. അവയുടെ പ്രത്യേകസ്പാർക്കിംഗിലൂടെ അദ്ദേഹത്തിനു ലഭിച്ച സിക്സ്ത് സെൻസ് ഇൻഫർമേഷനായിരുന്നു. അതാണ് ഈ പുതിയ കേരള നിർമ്മാണത്തിലേക്കു നയിച്ച സങ്കല്പം. മാസ്റ്റർ ബ്രയിൻ എന്റെ പപ്പയുടേയും. പ്രശസ്തി എനിക്കും.

കാതറിൻ ചെറുതായൊന്നു ചിരിച്ചു.

ക്ളിവിൻസ് പിറ്റ് മാർവിക് ജ്യോഡ്‌ലർ എന്ന ലോകപ്രസിദ്ധ കമ്പനിയിൽ ആദ്യ ട്രയിനിങ്ങിനു ശേഷം ഐവെ ബിസിനസ് സ്കൂളിൽ നിന്നും ഒന്നാം റാങ്കോടെ വിജയിച്ച ശേഷം ഇല്യൂമിനാ റ്റി സൊസൈറ്റിക്കു ആരംഭം കുറിച്ചു. ഇപ്പോൾ ഭരണം എസ്റ്റാബ്ലിഷ്ഡ് ആണ്. രണ്ടു സഹോദരിമാരുണ്ടെനിക്ക്. രണ്ടു പേരും ലണ്ടനിലാണു താമസിക്കുന്നതെങ്കിലും കേരളത്തിൽ മൂവരും ഒരുമിച്ചാണ്. ചെയർപേഴ്സൺ എന്ന പദവി മാത്രമേ എനിക്കുള്ളു. ചിന്ത ഞങ്ങൾ മൂന്നു പേരുടെയുമാണ്. നാട്ടിലെ കുടുംബവീട്ടിൽ ഞങ്ങൾ എത്താറുണ്ട്. പിന്നെ അമ്മ, ആവശ്യമില്ലാത്ത ചിന്തകൾ കാടുകയറുമ്പോൾ മൈ ഗേൾസ് എന്നു പറഞ്ഞ് അമ്മ ഞങ്ങളെ വാരിപ്പുണരും. പിന്നെ അമ്മ വീർപ്പുമുട്ടിക്കരയും.

സഹോദരിയുടെ "അമേരിക്കൻ അറ്റാക്ക് ഓൺ കാനഡാ" എന്ന നോവൽ വിവാദമായല്ലോ... അതിൻെറ പിന്നിൽ

അതിൽ പ്രധാന പങ്ക് എന്റെ മൂത്ത സഹോദരി ഒലീന പ്രസിദ്ധീകരിച്ച വിവാദനോവൽ ആണ്. കനേഡിയൻ എയർഫോഴ്സ് പൈലറ്റും മിലിറ്ററി ഡോക്ടറുമായ ഒലീന അടുത്ത ഇരുപത്തിയഞ്ചു വർഷങ്ങൾക്കുളിൽ അമേരിക്ക കാനഡയെ ആക്രമിക്കാൻ സാദ്ധ്യതയുണ്ടെന്നുള്ള മുന്നറിയിപ്പുനൽകാൻ ഇടയായപ്പോൾ കനേ

ഡിയൻ രാഷ്ട്രീയ നേതൃത്വത്തിനു വിദ്വേഷമുണ്ടായി. പിന്നീട് കേസ്, കോടതി അങ്ങിനെ മുന്നോട്ടു പോയി. പൊതുവേ ആൾക്കൂട്ടത്തിൽ നിന്നൊറ്റപ്പെട്ടു ജീവിക്കുവാൻ ആഗ്രഹിച്ച ഇളയ സഹോദരി ലിസ അറിയപ്പെടുന്ന ഒരു ഇന്റർനാഷണൽ ബിസിനസ് ലോയറാണ്. അവളാണു പിന്നീട് ആ കേസെടുത്തു നടത്തിയത്. ഇപ്പോഴും കേസ് കനേഡിയൻ കോടതിയുടെ പരിഗണനയിലാണ്. ഒലീനയും ലിസയും എപ്പോഴും എന്നോടൊപ്പമുണ്ട്.

പുതിയ ശാസ്ത്രീയ കണ്ടുപിടിത്തങ്ങൾ?

അച്ഛൻ കൊച്ചു കുട്ടിയായിരുന്ന കാലം മുതലേ ആഗ്രഹിച്ചിരുന്നതാണ് നക്ഷത്രം കത്തിയെരിയുന്ന നീലാകാശത്തു പറക്കാൻ രണ്ടു ചിറകുകൾ വേണമെന്ന്. ആ ആഗ്രഹം ഒരു ഫ്ളൈയിങ് ജായ്ക്കറ്റ് എന്ന ആശയത്തിലേക്കുവളർന്നു. അതിനായി ആധുനിക സാങ്കേതിക വിദ്യയായ ബയോമെക്കട്രോണിക്ക് എന്നതിലൂടെ ഇന്ധനമില്ലാതെ മനുഷ്യർക്കു പറക്കുവാൻ കഴിയുന്ന ചിറകുകൾ ഒരു സ്പാൻ കമ്പനി കണ്ടുപിടിച്ചതാണ്. സോളാർ എനർജിയിലൂടെ ഒരു ഡ്രോൺ കണക്കേ അനേകായിരം കിലോമീറ്റർ വരെ പറക്കാം.

മറ്റൊരു കണ്ടുപിടിത്തമാണ് സെൽഫ് ഡിഫൻസിങ് ക്യാപ്പ്. ഒരു യന്ത്രത്തൊപ്പിയാണിത്.

ധരിച്ചിരിക്കുന്നയാൾക്ക് ഏതൊരപായം വന്നാലും അതയാളെ അലർട്ടാക്കും. മുന്നൂറ്റിയറുപതു ഡിഗ്രി തിരിയുന്ന ക്യാമറാക്കണ്ണുകളിലൂടെ സൈറൻ മുഴക്കും. പിന്നീട് പ്രതിരോധം സൃഷ്ടിക്കും. കേരള വിപണിയിലിതു ലഭ്യമാണിന്ന്. സ്ത്രീകൾക്കും കുട്ടികൾക്കും നേരെ നടക്കുന്ന എല്ലാത്തരം അതിക്രമങ്ങളും ഇതിനു പ്രതിരോധിക്കാനാകും. മാത്രമല്ല തൊട്ടടുത്ത പോലീസ് സ്റ്റേഷനിലേക്ക് വീഡിയോ സഹിതം അലർട്ടു നൽകുവാനുമുള്ള സംവിധാനവും ഈ ക്യാപ്പിനുണ്ട്.

തന്റെ ലോകമാക്കി മാറ്റിയ നിലവറയിൽ നിന്നും പപ്പയെ ജീവിതത്തിന്റെ കർമ്മദൃഢതയിലേക്കു കൊണ്ടുവരാനുള്ള പരിശ്രമത്തിലാണ് ഞങ്ങളുടെ അമ്മ. ഉപവാസവും പ്രാർത്ഥനയുമൊക്കെ കഴിയുകയാണ് നിർമ്മലഹൃദയയായ ആ പാവം സ്ത്രീ.

ഇപ്പോഴും യോഗധ്യാനത്തിലാണ്. അതേ ധ്യാനത്തിലൂടെയാണ് പപ്പ പുതിയ കണ്ടുപിടുത്തങ്ങൾക്ക് തുടക്കം കുറിച്ചു കൊണ്ടിരിക്കുന്നത്. ലോകം നേരിടുന്ന ആഗോള പ്രതിസന്ധിയായ ഭക്ഷ്യക്ഷാമം, പോഷകക്കുറവ് ഇതൊക്കെ ഇല്ലാതാക്കുവാൻ പപ്പാ കണ്ടുപിടിച്ച സമ്പ്രദായമാണ് സ്പിരിച്ചൽ ഫുഡ്. മനസ് ആരോഗ്യം നേടിയാൽ ശരീരവും പോഷക സമൃദ്ധമാകും.

ഈ കണ്ടു പിടുത്തത്തിന്റെ പണിപ്പുരയിലാണിപ്പോൾ. പുറപ്പാടുപുസ്തകത്തിൽ ഫറവോന്റെ അടിമത്വത്തിൽ നിന്നും വാഗ്ദത്ത കാനാൻ നാട്ടിലേക്കു പുറപ്പെട്ട യഹൂദജനം മോശയുടെ നേതൃത്വത്തിൽ നാല്പതു വർഷം നടന്നപ്പോൾ അവർക്കു വിശപ്പും ദാഹവും അസുഖങ്ങളുമില്ലാതിരിക്കുവാൻ കഴിക്കുവൻ കൊടുത്ത ഭക്ഷണമായിരുന്നു സ്വർഗ്ഗത്തിൽ നിന്നിറക്കിയ മന്നാ എന്ന ഭക്ഷണം. അതിനു ഒരുപാടു നിബന്ധനകൾ ഉണ്ടായിരുന്നു. അതുവളരെ സിമ്പിളായ ഒരു ഹണി വേഫേർസ് ആയിരുന്നുവെന്ന് പിന്നീട് ശാസ്ത്രം തെളിയിച്ചിട്ടുണ്ട്.

തേനിനെപ്പോലെ മറ്റൊരു നാച്വറൽ ഫുഡ് ഇല്ലെന്നാണ് ശാസ്ത്രം തെളിയിച്ചിരിക്കുന്നത്. മന്നാ ദി നാച്ചറൻഫുസ് എന്ന ഭക്ഷ്യ ഉല്പന്നം വിൻഫ്രഡിന്റെ ഒരു സ്വപ്നമായിരുന്നു. അതു യാഥാർത്ഥ്യമാക്കുവാൻ കേരളത്തിൽ നിന്നാരംഭിച്ച് ലോകം മുഴുവനും പ്രചരിപ്പിക്കുവാൻ വേണ്ടി തയ്യാറാക്കിയ ഞാനും സഹോദരിമാരും ചേർന്നു ഇൻവെസ്റ്റുചെയ്യുവാൻ ആരംഭിച്ചു. അതു വിജയം കണ്ടു തുടങ്ങി.

കേരളത്തിൽ മന്നാ എന്ന തേൻ ഉല്പാദിപ്പിക്കുവാനായി പരശതം ഏക്കർ പുഷ്പോദ്യാനങ്ങൾ വെച്ചു പിടിപ്പിച്ചുകഴിഞ്ഞു. ലോക വിനോദസഞ്ചാര ഭൂപടത്തിൽ ഹോളണ്ട് എന്ന രാജ്യത്തിന്റെ അനേക വർഷങ്ങളുടെ റിക്കാർഡ് തകർത്താണ് കേരളത്തിലെ ഈ ഉദ്യാന നിമ്മാണം വിജയം കണ്ടെത്തിയത്. ഇതിന്റെയൊക്കെ പിന്നിൽ ഇന്റലിജൻസ് സർവീസെന്ന സന്നദ്ധസംഘടനയുടെ സഹായവും ഇൻഡ്യൽ ഇല്യൂമിനാറ്റി സൊസൈറ്റിയുടെ സാങ്കേതികമികവും കൂടെ വിൽഫ്രഡ് ഫാമിലിയുടെ മൂലധന മുടക്കുമാണ്. കേരളീയ ഭക്ഷണത്തിൽ നിന്നും മീനും ഇറച്ചിയുമില്ലാതെ വിശപ്പടക്കാനും പരിപൂർണ്ണ ആരോഗ്യസംരക്ഷണത്തിനും അതിലൂടെ രോഗബാധകളെ പരിപൂർണ്ണമായി നിയന്ത്രിക്കുവാനും ആരോഗ്യമുള്ള ഒരന്തരീക്ഷം സൃഷ്ടിച്ചെടുക്കുവാനും മന്നാ എന്ന ഫുഡിന്റെ നിരന്തര ഉപയോഗത്തിനു സാധിച്ചു എന്നതു മറ്റൊരത്ഭുതമാണ്.

ഐഡിയാസ് റൂളിങ്ങ് ദ വേൾസ് - എന്ന പപ്പയുടെ പുസ്തകത്തിലെ പഴയൊരു ആശയം മാത്രമായിരുന്ന മന്നാ ദ ടോട്ടൽ ഫുഡ് എന്ന ഒറ്റ മൂലിയുടെ നിർമ്മാണത്തിനു പിന്നിൽ.

റോഡപകടം ഇല്ലാത്ത കേരളം. അതും വിൽഫ്രഡിന്റെ ഒരു വലിയ സ്വപ്നമായിരുന്നു. അതിനായി ആദ്യം തന്നെ ലേകത്തിലെ സുരക്ഷിതമായ റോഡു സംവിധാനം പടുത്തുയർത്തുക എന്ന ശ്രമകരമായ പദ്ധതി ഏറ്റെടുത്തു. വർഷങ്ങളായി അനേകരാജ്യങ്ങളിലെ ഗതാഗത പാതകളും അപകടങ്ങളും എല്ലാം തന്നെ നിരീക്ഷി

ച്ചു പഠിച്ചു ഇല്യൂമിനാറ്റി സൊസൈറ്റി. എല്ലാ ആധുനിക സാങ്കേതി കവിദ്യകളുമുപയോഗിച്ച് തയ്യാറാക്കിയ പ്രോട്ടോടൈപ്പ് കൈവശം ഉണ്ടായിരുന്നതിനാൽ പ്രോജക്ട് ലോഞ്ചു ചെയ്ത് മൂന്നു വർഷം കൊണ്ടുതന്നെ കേരളം ഒട്ടാകെ ഒരു സമാന്തര ഗതാഗതമാർഗ്ഗം സീറോ ആക്സിഡന്റ് സോൺ ആയി ലോകഭൂപടത്തിൽ സ്ഥാനം പിടിച്ചു.

ലോകോത്തര ഇൻവെസ്റ്റുമെന്റ് ബാങ്കിങ്ങ് കമ്പനികളിലെ ഡി. പി. ഒ പദവികളിൽ ഇരുന്നും വരുമാനം ഒരു മില്യൻ യു എ ഡി ക്കുമേൽ എത്തിയപ്പോൾ മാത്രമാണ് പപ്പയുടെ ബുദ്ധിയിൽ ആരംഭം കുറിച്ച ഇൻഡ്യൻ ഇല്യൂമിനാറ്റി സൊസൈറ്റിയിൽ എനിക്ക് അംഗത്വം ലഭിച്ചത്. എന്റെ വരുമാനം ഒരു മില്യൻ ആകുന്നതിനു മുൻപു തന്നെ വിൽഫ്രഡ് കുടുംബത്തിന് അതിലും അധികം വരുമാനം ഉണ്ടായിരുന്നെങ്കിലും എനിക്ക് അംഗത്വം ലഭിക്കുമായിരുന്നില്ലാരുന്നു. മറ്റു രണ്ടു സഹോദരിമാരും ലണ്ടനിൽ തന്നെയാണു താമസം. പപ്പയുടെ മറ്റു ചില ചിന്തകളെ പ്രാവർത്തികമാക്കുന്ന തിരക്കിലാണവർ. ആശയങ്ങളെ പ്രവർത്തി പഥത്തിൽക്കൊണ്ടുവരുന്നവർ മാത്രമാണ് യഥാർത്ഥനേതാക്കൾ, അല്ലെങ്കിൽ ഹീറോകൾ.

മനസിലും പേപ്പറിലും ആയി കിടക്കുന്നിടത്തോളം വെറും സ്വപ്നങ്ങൾ മാത്രമാണ്. പപ്പ എപ്പോഴും പറയുമായിരുന്നു. എല്ലാ വർഷവും ഞങ്ങൾ കുടുബവീട്ടിൽ ഒത്തു കൂടാറുണ്ട്. അമ്മയിപ്പോൾ ഞങ്ങളിലൂടെ പപ്പയുടെ മഹത്വം മനസിലാക്കുന്നു.

അമ്മയുടെ വിളിക്കായി കാത്തിരുന്ന വിൽഫ്രഡ് തികഞ്ഞ മൗനിയായി മാറി. വിദൂരതയിലുള്ളതുമായി പപ്പാ സംസാരിക്കുന്നത് ഞങ്ങൾക്ക് അത്ഭുതമായി. പാരമ്പര്യസ്രംഖലയിലുള്ള പലരുമായി പപ്പ സംവദിച്ചിരുന്നു. ആ മുഖത്തെ ചുളിവുകൾക്കിടയിലൂടെ അവർ മിന്നിമറഞ്ഞിരുന്നു. അത് ഞങ്ങൾക്ക് ഇപ്പോഴും അത്ഭുതമാണ്.

കാതറിൻ പറഞ്ഞു നിർത്തി. കസേരയിൽ ഒന്നുകൂടി ഇളകിയിരുന്നു. ലോകമാദ്ധ്യമങ്ങളടെ കൈയ്യടി തുടർന്നു.

പിന്നീടെപ്പോഴോ കതറിൻ വിൽഫ്രഡിന്റെ നിലവറയിലെ ഗവേഷണശാലയിലേക്കു കടന്നു. ശൂന്യമായ മുറിക്കു ചുറ്റും കണ്ണോടിച്ചു നിന്ന കാതറിനെ വല്ലാത്തൊരു ഭയം കീഴടക്കി. പുറത്തെ ഇരുളിൽ നിന്നും പ്രപഞ്ചത്തിന്റെ ചൂളം വിളി പോലെ മുറിയിലേക്കു ഇളംകാറ്റു കടന്നുവന്നു. തിളങ്ങുന്ന ഒരു ഊർജം കാതറിനതുകണ്ടുനിന്നു.

12

മഴ...

നിലക്കാത്ത മഴ തുടർന്നു. നാടെങ്ങും വിറങ്ങലിച്ചു. ഒന്നിനൊന്നു മഴയുടെ ശക്തി ഏറിവന്നു കൊണ്ടിരുന്നതല്ലാതെ മഴ തോരുന്ന ഒരു ലക്ഷണവുമില്ല. ഇടയ്ക്കിടെ ആഞ്ഞു വീശുന്ന കാറ്റും നഗരത്തിലെ റോഡുകൾ നിറഞ്ഞു മഴവെള്ളമൊഴുകി. കഴിഞ്ഞു പോയ മഹാമാരി കോവിഡുപോലെ കേരളീയരെ മുഴുവനും മഴ വീട്ടിലിരുത്തി. മരങ്ങൾ കടപുഴകിയും മതിലുകൾ ഇടിഞ്ഞു വീണും മലവെള്ളം ജനപഥങ്ങളിലൂടെ കുത്തിയൊലിച്ചു. സമുദ്രം ഭീകരാവസ്ഥ പൂണ്ടു സംഹാരതാണ്ഡവമാടുന്നു. മഴയുടെ ശക്തി പ്രളയമായി മാറി. മഹാപ്രളയം. കൊടുങ്കാറ്റ് ആഞ്ഞടിച്ചു.

മനുഷ്യരിൽ ഉയർന്നുവരാറുള്ള നിലനില്പിന്റെ ചോദ്യമുയർന്നു. ആബാലവൃദ്ധം ജനങ്ങളും ഒന്നു പോലയനുഭവിക്കുന്ന സംത്രാസത്തിൽ നിന്നും മാനസികനില തകരാറിലായ ചിലരെങ്കിലും ഈ അസന്നിഗ്ധത മറി കടക്കാൻ യോഗ്യരായി. നാടുവിട്ടോടിയ ദീർഘയാത്രയിൽ രോഗബാധിതരും വൃദ്ധരും കുട്ടികളുമൊക്കെ മരിച്ചു വീണു. അവരെ ഉപേക്ഷിച്ച് നിലനില്പിനായുള്ള പ്രയാണം മറ്റുള്ളവർ തുടർന്നു.

കടൽ തീരങ്ങളെ കാർന്നുതിന്നു. തിരമാല ഇരുപതും മുപ്പതു അടിയോളമൊക്കെ ഉയർന്നലമുറയിട്ടാഞ്ഞടിച്ചു. വൻവൃക്ഷങ്ങൾ ച്ചുവടിളകി നിലംപൊത്തി. മനുഷ്യരുടെ നിസ്സഹായഭാവം വളർത്തു മൃഗങ്ങളുടെ കണ്ണിലും പ്രതിബിംബിച്ചു. പ്രളയത്തിൽ എല്ലാംനശിച്ചപ്പോഴും നോഹയുടെ പേടകം തേടി ജനം പ്രതീക്ഷയോടെ കാത്തിരുന്നു. വീടുകളിൽ തീ എരിഞ്ഞില്ലെങ്കിലും മനസിൽ പ്രതീക്ഷയുടെ തിരിനാളം അണയാതെരിഞ്ഞു. ഭരിക്കുന്നവരും ഭരിക്കപ്പെടുന്നവരും ജലഭയത്താൽ വിറങ്ങലിച്ചു നിന്നു.

കേരളമാകെ നാലഞ്ചടിയിൽ മലവെള്ളം ഉയർന്നൊഴുകി. വ്യാപാര വ്യവസാസ സ്ഥാപനങ്ങളൊക്കെ വെള്ളത്തിനടിയിലായി. ബഹുനില കെട്ടിടങ്ങളുടെ ടറസു നിറയെ ആളുകൾ തിങ്ങിനിറഞ്ഞു. ജീവൻ നിലനിർത്തുവാനുള്ള ഈ മരണപ്പാച്ചിലിൽ അവർ ജാതി മറന്നു, മതം മറന്നു, ഉച്ചനീചത്വങ്ങൾ മറന്നു, ദൈവത്തെപ്പോ

ലും മറന്ന് മനുഷ്യൻ മനുഷ്യനായി. ഒഴുകിയെത്തുന്ന വെള്ളം കെട്ടിടങ്ങളെ വിഴുങ്ങുന്നത് നിസ്സഹായതയോടെ നോക്കിനിന്നു.

മഹാപ്രളയം.

പ്രകൃതിയുടെ നീർവാഴ്ച്ച.

ആകാശത്തെ നദിയാക്കി നഗരത്തിലൂടെ പ്രസവിച്ചൊഴുക്കി. സംഹാരരുദ്രയായ നദികൾ തീരങ്ങളെ വിഴുങ്ങി. ഗ്രാമങ്ങളെ വിഴുങ്ങി. ആർത്തി തീരാഞ്ഞു നഗരങ്ങളേയും വിഴുങ്ങിയൊഴുകി. വളർത്തു മൃഗങ്ങളും വീട്ടിലെ സാധന സാമഗികളും മരിച്ചവരും പ്രളയ ജലത്തിൽ ഒഴുകി നടന്നു. ജീവൻ തിരിച്ചു പിടിക്കാനായി പല പഴുതുകളിലൂടേയും ജനങ്ങൾ സുരക്ഷിതയിടങ്ങൾ നേടി. മൂവായിരം വർഷങ്ങളുടെ ആർജ്ജിച്ച സംസ്കൃതി ഇല്ലാതാക്കുന്നതുപോലെ പ്രളയം സംഹാരതാണ്ഡവമാടുന്നു.

ഓങ്കാര ശബ്ദത്തിന്റെ പ്രതിധ്വനി പോലെ പ്രകൃതിയിൽ നിന്നുമൊരു ചൂളംവിളി മാത്രം ഉയർന്നു. എങ്ങും പ്രണയജലം ഭീകരതയോടെ ഒഴുകി. ജനങ്ങളും മൃഗങ്ങളും അവരുടെ പാർപ്പിടങ്ങളുമെല്ലാം പ്രളയജലത്തിൽ ഒലിച്ചു പോയിക്കൊണ്ടിരിക്കുന്നു. ആർക്കും ആരേയും രക്ഷിക്കാനാകാത്ത നിസ്സഹായതാവസ്ഥ.

നൂറ്റാണ്ടിനു മുൻപ് ഇതു പോലൊരു പ്രളയത്തിൽ മുങ്ങിപ്പോയ കേരളം പിന്നെയുമിതാ നശ്വരതയുടെ വിള്ളലുകളിലേക്ക് ആഴ്ന്നിറങ്ങുന്നു. സൂര്യൻ പടിഞ്ഞാറസ്തമിച്ചു വീണ്ടും ഉദിച്ച് നിസ്സഹാതയോടെ എല്ലാത്തിനും സാക്ഷിയായി നിന്നു.

സമുദ്രവെള്ളത്തിന്റെ ഇരച്ചു കയറ്റത്തിൽ സെക്രട്ടേറിയറ്റിലെ ഉപകരണങ്ങളെല്ലാം ഒഴുകിനടന്നു. വൈദ്യുതാഘാതമേറ്റവർ വെള്ളത്തിനു മുകളിൽ പിടഞ്ഞു. മുമ്പിലത്തെ ഹാളിലൊഴികെ എല്ലാം പ്രളയജലത്തിലലിഞ്ഞു. മൃതദേഹങ്ങൾ ഒഴുകി നടന്നു. ജനാലകളിൽ കുടുങ്ങി പുറത്തേക്കു പോകാനാകാതെ പൊങ്ങിക്കിടന്നു. എയർപ്പോർട്ട് ഏത് സമുദ്രമേതെന്നറിയാതെ വിമാനങ്ങൾ കളിപ്പാട്ടങ്ങളെപ്പോലെ ഒഴുകി. കേരളത്തിന്റെ സമുദ്ര തീരം മുഴുവനും സുനാമി സമാനമായ തിരമാലകളും പ്രകമ്പനവുമുണ്ടായി. ഒരു സംസ്കൃതിയുടെ ശവദാഹം നടത്തുവാൻ സമുദ്രം വെമ്പൽകൊള്ളുന്നതു പോലെ. മനുഷ്യർ പ്രകൃതിയുടെ ക്രൂരവേട്ടയിൽ നിസ്സഹായരായി. അതുവരെ സ്വരുക്കൂട്ടി വച്ചിരുന്നതും മറ്റുള്ളവരിൽനിന്നും കവർന്നെടുത്തുമെല്ലാം പ്രളയം തട്ടിപ്പറിച്ചെടുത്ത് ഒഴുക്കിക്കളഞ്ഞു. ഇത് എന്റെ ഇതും എന്റെ എല്ലാം എന്റെ... പ്രകൃതിക്ക് അതൊന്നും ബാധകമായിരുന്നില്ല. അതിരുകളും അതിർവരമ്പുകളും ഒന്നിനും അവളെ തടയുവാനുമായില്ല. ജാതിയോ മതമോ പാവപ്പെട്ടവനെന്നോ പണ

ക്കാരനെന്നോ പണ്ഡിതനെന്നോ നോക്കാതെ എല്ലാവരുടേയുമവൾ കവർന്നു. എല്ലാവരും അവരവരുടെ ജാതി മറന്നു മതം മറന്നു ഒന്നിച്ചൊരു കൂരക്കുള്ളിലായി. സംഭവാമിയുഗേയുഗേ... ഓരോ കാലത്തും സംഭവിക്കാനുള്ളതു സംഭവിക്കും. ശേഷിക്കുന്നവരുടെ ജീവിതരീതികളും പെരുമാറ്റച്ചട്ടങ്ങളുമായിരിക്കും ഇനി മുന്നോട്ടുള്ള കേരളത്തിന്റെ സംസ്കാര ചരിത്രാതീതകാലം, ശിലായുഗം. പിന്നീട് ലോഹയുഗങ്ങൾ മാറി മാറി വന്നു. നിത്യോപയോഗത്താൻ ആദ്യം കൂടിയ ലോഹങ്ങൾ ക്രമേണ വില കുറഞ്ഞ ലോഹങ്ങൾക്കായി വഴി മാറിക്കൊടുത്തു ഒരു കാലത്ത് സ്വർണ്ണ തളികയിൽ ഭക്ഷണം കഴിച്ചിരുന്ന സംസ്കാരം വിസ്മൃതമായി. സംസ്കാരത്തെ സമ്പന്നമാക്കാൻ കുറച്ച് ആൾക്കാരെ ബാക്കി വച്ച് സമുദ്രം തിരിച്ചിറങ്ങി.

ഇനി ഈ ഭൂമി ശേഷിക്കുന്നവടെയാണ്.

നരവേട്ട കഴിഞ്ഞു പ്രകൃതി ശാന്തമായി. എങ്ങും കനത്ത നിശബ്ദത. ശവശരീരങ്ങൾ അവിടവിടെ കുന്നുകൂടി. കുറെയേറെ സമുദ്രം തന്റെ അടിത്തട്ടിലേക്കുവലിച്ചിട്ടു. അല്ലാതുള്ളത് ഭാഗവതത്തിലെ പതിനെട്ടാം യുദ്ധസമാനമായി കൂടിക്കിടക്കുന്നു. തിരിച്ചറിയാനാകാതെ കടലുപ്പുവെള്ളത്തിൽ കിടന്നവക്ക് അത്രകണ്ടു ദുർഗ്ഗന്ധമില്ലാരുന്നു. മറ്റുള്ളവകളിൽ നിന്നും അസഹനീയമായ ദുർഗ്ഗന്ധം വമിച്ചു. ഉയർന്ന പ്രദേശങ്ങളിലേക്കു കുടിയേറിയ ഒരു സമൂഹത്തെ അവശേഷിപ്പിച്ച് പ്രകൃതി മുമ്പെങ്ങുമില്ലാതിരുന്നത്ര ശാന്തതയോടെ മയങ്ങി. പിറ്റേ പ്രഭാതത്തിൽ കിഴക്കൻ ചെരുവിൽ അരുണാഭ വിടർത്തി എല്ലാറ്റിനും സാക്ഷിയായി നിന്ന സൂര്യൻ സാവകാശം തെളിഞ്ഞു വന്നു വന്നു. നേരിയ മഞ്ഞകലർന്ന സ്വർണ നിറമാർന്ന തൂവെളിച്ചം ധർത്തിയെ തഴുകി തലോടി.

മലമുകളിൽ നിന്നും വൃദ്ധനായ ബുദ്ധൻ ചിരിച്ചു.

ഇരിപ്പിടത്തിൽ നിന്നും വൃദ്ധനായ ബുദ്ധൻ സാവധാനം എഴുന്നേറ്റു. വാർദ്ധക്യം സമ്പൂർണമാക്കിയ ചുക്കിച്ചുളുങ്ങിയിരുന്നെങ്കിലും കുഴിഞ്ഞു താണ കണ്ണുകളിൽ മാത്രം പ്രകാശം നിറഞ്ഞു നിന്നിരുന്നു.

മുഖത്തെ തുഷാര കണങ്ങളെ തുടച്ചു മാറ്റി പുതിയ പുണ്യഭൂമിയെ കൺകുളിർക്കെ കണ്ടു.

പുത്തൻ ലോകക്രമം വീക്ഷിക്കാൻ ദൈവം താണിറങ്ങി വന്ന പോലെ. പിന്നെ...

ഇനിയുമൊരു പുനർജനിക്കായി ചിരിമായാതെ കണ്ണുകൾ മെല്ലെയടച്ചു.

www.ingramcontent.com/pod-product-compliance
Lightning Source LLC
Chambersburg PA
CBHW031330230926
51848CB00001B/177
* 9 7 8 8 1 1 9 7 7 0 8 3 0 *